tình rừng

TÌNH RỪNG

phan ni tấn

tập văn

Nhân Ảnh
2026

TÌNH RỪNG
Tập văn Phan Ni Tấn
Bìa: Uyên Nguyên Trà Triết, Nguyễn Thị Hương
Tranh: Hồ Hiếu
Nhân Ảnh 2026

cùng một tác giả

Hát Để Xông Đất Mới Cho Quê Hương
tập nhạc, nhiều tác giả, Con Người 1973
Lục Bát Phan Ni Tấn, thơ, in ronéo 1973
Dậy Lửa Trường Sơn, tập nhạc, Lửa Việt 1983
Em Hát, Em Vui (với NHN), nhạc thiếu nhi, Làng Văn 1987
Hồi Ký Thơ, thơ, Làng Văn 1988
Câu Thơ Về Người, thơ, Nhân Văn 1996
Tình Khúc Phan Ni Tấn, nhạc 2004
Sinh Nhật Của Cây Đàn, CD nhạc 2005
Đèn Kéo Quân, tập nhạc & CD 2006
Ao Trời, CD nhạc 2007
Sài Gòn (Blue) Xanh, CD nhạc 2015
Có Một Thời Ở Quê Hương Tôi, truyện, Văn Học Mới 2018
Ngòi Viết Lang Thang, tùy bút, Văn Học Mới 2019
Người Tôi Yêu, tập truyện, Văn Học Mới 2020
Nẻo Của Thơ Đi, thơ tuyển toàn tập, Lulu 2021
Phan Ni Tấn & Bè Bạn, tạp văn, Nhân Ảnh 2024
Giấc Mơ Con Sáo, tập truyện, Nhân Ảnh 2025
Ngoại Gánh Huế Theo, tập truyện, Nhân Ảnh 2025
Chuyện Tình Xẻo Rô, tập truyện, Nhân Ảnh, 2025
Con Đường Của Chữ, tập văn, Văn Học Mới, 2026
Tình Rừng, tập văn, Nhân Ảnh 2026

TÙ TRƯỞNG Y KREA BOUK

Đầu thập niên 1930, Y Krea Bouk, người M'nông Gar là tù trưởng của buôn Dam Rông, thuộc huyện Lak, tỉnh Daklak. Huyện Lak cách tỉnh lỵ Banmêthuột 50 cây số về phía Nam, có nhiều rừng rậm và núi đá. Dọc theo các sườn núi đá lài xuống các thung lũng cao nguyên Nam Trung phần, rừng càng rậm rạp hơn. Riêng ở lưu vực sông Hleo và hai chi lưu Ea Drang và Ea Soup thường dấy lên những dãi rừng chồi, những đồi cỏ tranh bạt ngàn dễ tạo thành giang sơn của các loài thú hoang.

Thuở đó buôn Dam Rông chỉ có vài chục nóc nhà nằm hẻo lánh dưới chân núi Chư Dlé Yang hiểm trở, cạnh con sông Ea Hleo. Nhà của người M'nông Gar khá đặc biệt: nhà trệt, vách bằng phên hoặc vách đất rất dầy, mái tranh thi tùm hum buông xuống gần mặt đất. Người trong buôn không nhiều, nhưng dã thú ngoài hào lũy thì từng đàn. Vào mùa thu hoạch, voi rừng thường về phá phách mùa màng, nương rẫy. Nhất là cọp, mỗi độ trăng tròn hay vô làng rình bắt gia súc, có khi tha cả người. Thập niên 30, cọp hoành hành từ miền đồng bằng Khánh Hòa lên tới khắp vùng rừng núi cao nguyên Nam Trung phần. Vì vậy mỗi lần khai phá rừng rẫy, thu hoạch mùa màng đồng bào các sắc tộc thường mang theo dao bầu, gậy gộc đi thành từng toán để canh giữ, bảo vệ nhau trước thú dữ.

Cũng như các dân tộc thiểu số khác, người Gar tuy ít nhưng tinh thần đoàn kết rất cao. Gặp những lúc hiểm nghèo, dưới uy lực của tù trưởng Y Krea Bouk, khi cần hầu như cả làng đều có mặt. Họ sống cùng một lúc, làm cùng một lúc, kiên trì, bền bỉ, từ chuyện thường ngày như ăn uống, vui chơi cho đến khai hoang, đốt rẫy, tỉa lúa, giẫy cỏ, dựng sườn nhà, lợp mái tranh, và đặc biệt là trồng bờ tre, đào hào, đắp lũy ngăn thú dữ, nhất là cọp. Suốt cuộc đời của tù trưởng Y Prea Bouk, ngoài việc cai quản bộ lạc, tạo niềm tin, mang yên vui, no ấm cho dân làng, hầu như vị trưởng làng luôn luôn tìm cách trừ khử cọp. Có khi Bouk cùng dân làng hò hét rượt đuổi cọp về rình mồi. Nguy hiểm, lo sợ nhưng tiếng gầm thét như sư tử hống của vị tù trưởng cũng đủ để cọp cặp đuôi bỏ chạy mà dân làng cũng lấy làm phấn chấn. Cường tráng, oai phong, lẫm liệt xứng với cương vị tù trướng, Y Krea Bouk được dân làng trọng vọng, thần phục.

Cọp là nỗi hoang mang, kinh sợ đối với buôn làng, đồng thời là kẻ thù không đội trời chung của Y Bouk. Lúc lên 6, lần đầu tiên theo cha mẹ lên rẫy Bouk đã bị cọp vồ. Người cha liều mạng cứu con không may bị cọp cắn gẩy cổ, tha mất xác. Lúc nghe tiếng khóc o oe của thằng cu em, Bouk mới hoàn hồn ngó lại thì thấy mẹ nằm xấp mặt chết ngất bên bờ nương, trên lưng cõng thằng Juk còn đỏ hỏn. Y Krea Bouk đã nếm trải nỗi đau đó ở tuổi hồn nhiên của mình. Ngằn ngặt ám ảnh Bouk là vệt máu thâm xịt ở cổ người cha òng ọc tuôn ra kéo lết một đường dài trên mặt cỏ tranh khi ông bị cọp lôi đi.

Tù trưởng Y Krea Bouk sống vào thời kỳ dất nước đặt dưới ách thống trị của thực dân Pháp, nên con người ông sống rất chông chênh vì bị giằng co giữa hai thế lực: người Pháp và Triều đình nhà Nguyễn. Nhưng vì ở nơi hoang dã, ít người để ý nên bộ lạc của ông hầu như độc lập và tự trị. Thời kỳ này nhiều thợ săn người Pháp lẫn người Annam, cũng như các thợ săn người Chàm, người Cambodge và Lào (khởi từ thế kỷ 19) thường tổ chức thành từng toán nhỏ lùng sâu vào vùng nội địa để săn bắt thú rừng. Chính vì vậy cuộc bành trướng táo bạo của những toán thợ săn này đã chinh phục được phần lớn các vùng đồng bằng và rừng núi, trừ khử bớt dã thú đồng thời đẩy lùi chúng vào tận thâm sơn cùng cốc, nơi chưa từng có dấu vết con người.

Dưới sức tác động của cuộc xâm lăng lần thứ hai vào đất nước, trong đó người bản địa cũng phải hứng chịu thảm họa thực dân, nhưng trong thời kỳ đầu, thời thế đưa đẩy tù trưởng Y Krea Bouk trở thành một thủ lĩnh độc lập, tự trị và săn thú khét tiếng. Bằng một cây giáo (Tak Rmul) cao vượt đầu người, xà-gạc, dao nhọn và cung tên, anh em tù trưởng Y Bouk cùng các chàng trai Gar dũng cảm nhất thường vào rừng săn thú, đánh bẫy lấy thịt; còn da thì căng ra phơi khô trên những thanh tre và phên mắt cáo để làm mền, làm trang phục.

Trong cuộc đời săn bắn, Y Krea Bouk vẫn nhớ hoài vào cái đêm cuối mùa mưa năm 1942. Dưới ánh trăng mờ ảo, đích thân ông giăng một cái bẫy tre cạnh cây xà-nu dưới mé nước, nơi có dấu chân thú dữ. Sau nhiều ngày con mãnh hổ tinh khôn bị sa bẫy. Khi vị tù trưởng quay lại thì chỉ thấy một bàn chân hùm khổng lồ bị kẹp chặt giữa ngàm tre bê bết máu. Thì ra con vật đã cắn đứt bàn chân bị mắc bẫy để tẩu thoát. Từ đó, người làng không còn thấy bóng dáng con dã thú bén mảng về buôn nữa. Có thể nó đã chui vào rừng sâu ẩn mình để dưỡng thương hoặc đã bỏ đi nơi khác.

Nhiều năm trôi qua, cái gió luân lưu theo hai mùa mưa nắng. Mùa khô gió Lào thổi về cái nắng tháng Ba làm cho nương rẫy khô hanh. Ngay từ lúc tiếng gà rừng gáy gọi mặt trời thức dậy, các rặng núi đã thở ra những cơn gió khô cằn. Đã vậy, người trong buôn lại phải đối đầu với bầy heo rừng không biết ở đâu lại kéo từng bầy về sục sạo kiếm ăn, phá hoại hoa mầu. Tù trưởng Y Krea Bouk từng huy động trai làng đào hầm, giăng bẫy, săn bắt cũng không trừ hết được lũ heo đói ăn và cực kỳ hung hãn này.

Một buổi sáng tinh sương, Y Krea Bouk vào rừng lần theo dấu vết con heo độc đầu đàn bốn nanh uốn cong nhọn hoắc chỉa lên trời. Lăm lăm cây giáo lên nước đen bóng trên tay, vai đeo cung tên, Y Bouk theo con đường mòn chạy dọc bên vách núi dựng đứng dẫn xuống lưu vực sông Ea Hleo. Khi Y Bouk vừa đi ngang qua ụ đất nhô ra bờ sông bất ngờ ông bị cọp tấn công. Đây là lần thứ hai Bouk bị cọp vồ, mà lần này lại chính là con mãnh hổ ba chân bị mắc bẫy của ông năm xưa. Sau nhiều năm vắng bóng, Y Bouk không ngờ con hùm lại trở về. Già làng thường nói cọp cũng có linh tánh biết ân đền oán trả như người. Có thể từ lâu cái bản năng hung tợn của con hùm tinh này vẫn rình rập theo dõi ông để báo thù.

Trên gò đất cao mọc đầy cỏ may và cói, vừa ngửi thấy hơi người con mãnh thú gầm lên một tiếng lao xuống bằng tất cả sức mạnh của nó. Y Prea Bouk, người con của Mẹ núi dầy dạn kinh nghiệm sống ở rừng, vội ngồi thụp xuống, hươi mũi giáo sắt nhọn lên chống đỡ. Chụp hụt con mồi hổ dữ vội quay ngoắc lại, rùn thấp mình xuống, cặp mắt ánh lên lạnh buốt, đuôi ngoặc nguẫy chuẩn bị tấn công. Đứng trước nỗi gian nguy một mất một còn, Y Bouk bình tĩnh xoạc chân đứng tấn, cầm chắc cây giáo ở thế thủ, trừng mắt nhìn con vật như thách thức, sẵn sàng ác chiến. Thời gian nặng nề trôi qua trong thế vờn nhau giữa hổ và người. Chợt Y Bouk nhận thấy thế đất dưới chân mình lồi lõm, đầy cỏ rậm dễ gây bất lợi nên ông cẩn thận lùi từng bước xuống khoảng đất trống gần vực sông. Y Bouk càng lùi con mãnh thú càng nhe răng gầm gừ, giương cặp mắt sáng quắc, trườn tới từng bước trong tư thế sắp nhảy lên vồ.

Cuối cùng con hùm lại gầm lên, đập đuôi lao vút tới, bóng cọp ba mống ụp xuống đầu Y Bouk như cơn lốc. Hít một hơi thật sâu, với thân hình vạm vỡ vị tù trưởng dùng hết sức lực thét lên thật to, lách mình tránh cú tát dữ tợn của con thú xong nhanh như chớp ông sấn tới thọc mũi giáo vào ngực cọp.

Bị đâm trúng ngực, con vật rúm mình giãy giụa rống lên, lủi vào bụi rậm, nằm im. Khi bị một đòn bất ngờ hổ thường quay đầu bỏ chạy, nhưng con mãnh thú ba chân này, ngược lại bị trúng thương càng làm cho nó trở nên dữ tợn hơn.

Mắt vẫn không rời đối thủ, cọp nằm im thở dốc một hồi lâu lại vùng dậy. Bước ra khỏi bụi rậm con thú từ từ tiến về phía Y Bouk, khi cách đối thủ chừng bảy thước, nhanh như chớp nó hực một tiếng đập đuôi phóng vụt tới tấn công. Y Bouk bình tĩnh xuống tấn, hươi mũi giáo lên. Nhưng bằng một cú tát mãnh liệt kèm theo tiếng gầm vang dội cả đại ngàn, cọp rằn ba mống đã đánh bạt ngọn giáo cùng lúc lia móng vuốt sắt bén ngang bắp tay Y Bouk rách toạc một đường dài, máu tuôn xối xả. Thừa lúc Y Bouk loạng choạng thối lui, con vật hăng máu đập đuôi phóng lên, ụp xuống đối thủ. Nhưng với lòng dũng cảm phi thường, vị tù trưởng nhanh nhẹn đổi thế quỳ, tay ghì chặt cán giáo xuống đất, chĩa mũi giáo lên. Chỉ chờ có thế, khi cọp ập xuống thì bị mũi giáo cắm sâu vào giữa ngực. Rống lên một tiếng rùng rợn man dại, con ác thú đổ ụp cả thân hình to lớn nặng nề xuống người Y Bouk.

Chiều về, mặt trời gác núi đổ màu nắng ảm đạm xuống dòng sông Ea Hleo. Dòng sông vẫn không ngừng nghỉ, ngày đêm vẫn gầm gào chảy xuyên qua các rặng núi, qua các rừng cây xanh thẩm đại ngàn.

Từ những bản xa, thấp thoáng những nếp nhà sàn rải rác bám vào lưng chừng núi. Xa hơn nữa, vượt qua mấy ngọn đèo là tới buôn Dam Rông, ở đó trong căn nhà lạnh lẽo của tù trưởng Y Krea Bouk, Y Juk ngồi lặng lẽ, một mình.

SĂN CỌP

Bập bập một hơi lá thuốc cuốn tròn, già làng Y Hô nhả khói lên trời. Nheo mắt nhìn trăng mười sáu đắm đuối xanh, ông trầm ngâm nhớ lại thời trai tráng từng tháp tùng ông Ba Dơi vào rừng sâu săn cọp.

Thập niên 1940, Ba Dơi là một thợ săn lão luyện. Ông đã từng bắn hạ hàng trăm thú rừng, từ nai, hoẵng, chim chóc tới trâu rừng (con min), voi rừng, lợn rừng bốn nanh, cọp, beo đốm và beo gấm… Chiếc *dodge-quatre* của ông tuy cũ nhưng rất tiện lợi trong việc chở thú săn được. Có chuyến săn nai sáng đi tối về. Có chuyến săn lần theo dấu vết thú dữ phải mất ba bốn ngày. Thời trẻ, Ba Dơi từng là nghệ sĩ đờn kìm nên ông quan niệm săn thú dữ không phải để giải trí mà ông đặt nặng, ngoài kỹ thuật còn mang tính nghệ thuật xen lẫn trong nghề.

Dân địa phương chỉ biết Ba Dơi, quê ở miệt Đầm Dơi, Cà Mau, nhưng không ai biết vì sao ông lại giạt lên tận xứ ma thiêng nước độc Banmêthuột, tỉnh lỵ Darlac sinh sống. Từ một ngư phủ miền hiền lành của miền sông nước lại trở thành một tay thợ săn khét tiếng của cao nguyên miền Thượng thì chỉ có Ba Dơi là độc nhất vô nhị.

Thời đó, Darlac nằm ở phía Tây Nam dãy núi Trường Sơn, với núi rừng đại ngàn trùng trùng điệp

điệp trải dài như vô tận trong sơn lam chướng khí. Cả bốn hướng, càng đi sâu rừng càng âm u, rậm rạp. Những thân cây mun, cẩm lai, long não, cổ thụ chọc trời mọc đầy rêu phong ngàn năm càng tăng thêm vẻ hoang vu lạnh lẽo không một dấu vết con người, ngoài thú rừng. Trên trời chim muông xoãi cánh bay rợp, dưới đất cọp, beo, gấu, tê giác, voi rừng, trâu rừng, lợn lòi, nai chà, hươu, mang, mãng xà, nhím lông lớn…

Daklak có nhiều địa danh săn bắn thích hợp như Dốc Láng, ngọn đèo trơn trợt nằm trên quốc lộ 21, về phía Đông Nam trên quốc lộ 21 kép có Lak, Dam Rông, phía Tây Nam có Buôn Dur, Bandon, tả ngạn sông Krông Ana (Sông Cái), rừng Bra nằm phía Tây Bắc Buôn Hô v.v…, là những nơi nhóm ông Ba Dơi từng đặt chân tới.

Thời kỳ này, người Êđê săn thú bằng giáo mác, cung tên thì Ba Dơi đã biết dùng súng. Súng trường *mousqueton* của Pháp tuy lên đạn từng viên, tốc độ bắn chậm nhưng rất chính xác đối với thợ săn lành nghề. Ngoài ra, chuôi vỏ đạn cạt-tút *(cartouche)* dùng làm đồ trang sức rất đẹp.

Săn ban ngày không nói, nhưng săn đêm là sự mạo hiểm đòi hỏi một hành động có ý thức cảnh giác cao độ. Yếu bóng vía trước dã thú có thể mất mạng như chơi. Nghĩa là gặp cọp beo không tỏ ra sợ hãi, không thở gấp, đôi chân trụ như đồng, cặp mắt phải có lửa, ngón trỏ bóp cò phải mềm dẽo, uyển chuyển, điêu luyện. Tóm lại, trí óc và thân thể biết dung hòa mới chiếm được ưu thế. Ban đêm thú rừng rất chịu đèn. Chúng luôn bị thôi miên trước ánh đèn rọi thẳng vào mắt. Chỉ chờ có vậy tiếng súng bao giờ cũng đẩy viên đạn vụt tới trước, rồi mới thấy con mồi gục xuống.

Bất kể mưa nắng, cuối tuần nhóm ông Ba Dơi vẫn lặn lội vào rừng săn bắn. Suốt đoạn đường dài xuyên rừng vượt suối đến khi cùng đường họ mới xuống xe lội bộ sâu vào rừng. Săn thú dữ vào ban đêm có trăng hay không Y Hô vẫn là người đội đèn dẫn đường, vai mang cung tên, tay cầm dao phạt rừng đi tới. Thường ngày Y Hô rất hiền lành, dễ mến, nhưng săn đêm cặp mắt y luôn có ánh nhìn dữ tợn của con cọp bị thương.

Đến chỗ rẽ xuống suối, nhóm thợ săn bước chậm lại. Vực suối sâu, vách đá xù xì dựng đứng. Trăng đêm chiếu xuống hắt ánh nước rập rờn trên gộp đá nhọn hoắt. Chợt một mùi hôi tanh nồng nặc theo gió thổi thốc lên khiến mọi người khựng lại, rùn người xuống. Đột ngột xuất hiện thú dữ khiến mọi tiếng động của con người như bị rừng sâu nuốt chửng.

Dưới ánh trăng khuya đượm vẻ ma quái, nổi bật bên bờ suối một con cọp khổng lồ đang bình thản uống nước. Ông Ba Dơi nín thở, căng mắt ra, giương súng, cẩn thận nhích từng bước lần xuống vực. Đến khoảng đất khá thuận tiện, ông Ba ra hiệu cho người trợ thủ bật đèn pha rọi thẳng xuống mình con vật rằn ri, to tướng. Phản ứng của dã thú thật khủng khiếp. Bất ngờ gặp biến, con cọp vùng dậy, gầm lên cùng lúc xòe móng vuốt tát một cú như trời giáng vào luồng ánh sáng rồi rạp mình xuống đất, nghếch đuôi, nhe răng gầm gừ thủ thế. Nó ngước đầu lên, chờn vờn lia cặp mắt xanh biếc đến rợn người nhìn thẳng vào ngọn đèn.

Rút kinh nghiệm những lần săn dã thú, tầm ngắm của Ba Dơi luôn luôn cách con vật khoảng 23 thước. Nếu đứng gần, lực đạn bắn ra không đử sức hạ con mồi. Bị thương con thú sẽ trở nên hung tợn hơn, dễ bị nó vồ ngược lại. Lần này cũng vậy. Ba Dơi thận trọng nâng mủi súng lên nhắm giữa trán con vật rồi nín thở bóp cò. Tiếng súng nửa khuya vang lên giữa rừng già thật khủng khiếp, tưởng như màn đêm tịch mịch của núi rừng hoang dã bị phá vỡ thành từng mảnh vụn.

Bị trúng đạn con vật không chết ngay. Bằng tất cả sức mạnh của mãnh thú bị trọng thương nó hộc lên một tiếng, đập đuôi xòe móng vuốt lao vút tới. Nhưng rồi con thú khổng lồ đổ vật xuống đất một tiếng "bịch" thật nặng làm mọi người vội giạt ra. Theo luồng sáng rực của ngọn đèn pha, Ba Dơi thận trọng nhích tới hích hích mũi súng vào đầu con vật. Khi biết chắc con cọp đã toi mạng mọi người mới xúm lại hì hụi băng rừng khiêng ra xe trở về thị xã.

Nửa đường trời đổ mưa như trút.

Thưa độc giả.

Tôi viết truyện này theo lời kể của anh Y Đam Mlô, con ông Y Hô thuộc sắc tộc K'hor (Kô-Hô) sinh sống ở vùng Đông Nam tỉnh Quảng Đức (Gia Nghĩa). Binh nhất Y Đam Mlô cùng đơn vị Biệt Động Quân với tôi chiến đấu cho tới ngày Ban Mê Thuột bị thất thủ. Lúc đó tôi không biết số phận Y Mlô ra sao; còn tôi, trên đường lui binh về Phan Rang tôi bị bắt cùng một số binh sĩ ngay trên đèo Du Long thuộc tỉnh Thuận Hải (nay là Bình Thuận). Sau ba năm tù "cải tạo" tại trại Z30D, huyện Hàm Tân tôi được thả về đến cuối năm 1979 vượt biên đến bến bờ tự do. Năm 2005 nhân chuyến thăm gia đình anh bạn thơ gốc Pleiku tại thành phố Greenboro, North Carolina, tình cờ gặp lại đồng đội cũ: binh nhất Y Đam Mlô.

Suốt buổi hàn huyên, qua giọng nói lơ lớ và nụ cười hiền lành của Y Mlô tôi được biết năm 2000, các sắc tộc Thượng đứng lên đòi đất và đòi tự do tôn giáo không thành, hàng ngàn người Thượng sợ bị bắt đã bỏ chạy qua Campuchia lánh nạn, trong đó có gia đình Y Đam Mlô. Hơn hai năm sau, năm 2002 họ được Cao Ủy Liên Hiệp Quốc ở Campuchia cấp qui chế tị nạn sang Hoa Kỳ. Hiện nay Y Đam Mlô cùng gia đình định cư tại vùng Greenboro, North Carolina, Hoa Kỳ.

Nhân dịp này, anh binh nhất họ Y chất phác kể cho tôi nghe chuyện săn cọp của cha anh là già làng Y Hô và người thợ săn khét tiếng tên Ba Dơi.

Chuyện đường rừng của hơn 80 năm trước trôi qua với biết bao biến thiên thời cuộc, tuổi người dù sống trọn vẹn với nghĩa đời của nó cũng khó mà vượt qua quy

luật sinh tử vốn vô thường. Lâu rồi, lâu lắm già làng Y Hô, người của rừng núi K'hor đã tan biến vĩnh viễn trong thăm thẳm của núi rừng. Riêng cái chết của ông Ba Dơi thì thật khác thường. Ông chết trong câu ca dao tục ngữ: *"Cọp chết để da. Người ta chết để tiếng"*.

BEO GẤM

Mùa mưa trên phố núi chiều xuống rất mau. Tiếng mưa lắc rắc trên mái tôn tạo thành chuỗi âm thanh buồn buồn như tiếng thở dài. Hai Hổ, tay thợ săn khét tiếng một thời ở vùng rừng núi Kontum, nay đã về già. Đầu mùa mưa này ông bước vào tuổi tám mươi lăm.

Đang ngồi độc ẩm trong nhà, lan man hồi tưởng lại quãng đời đã qua, Hai Hổ chợt nghe có tiếng gõ cửa. Tiếng gõ không gấp cũng không mạnh, nhưng có chút quả quyết làm ông ngạc nhiên. Hai Hổ đứng dậy ra mở cửa thấy một thiếu phụ tầm vóc trung bình, khoác áo măng tô xám, tay che dù. Thấy khách lạ, Hai Hổ ngập ngừng:

- Chào cô. Cô tìm ai?

Cúi đầu đáp lễ, giọng người thiếu phụ trầm và hơi khàn:

- Dạ, chào ông. Thưa, có phải đây là nhà ông Hai H…?

- Phải - Hai Hổ ngắt lời - Cô tìm ông ấy có việc gì?

- Thưa, tôi là em gái của Năm Báo. Anh Năm nhờ…

Vừa nghe tên Năm Báo, Hai Hổ nhướng mắt nhìn thiếu phụ một giây rồi mở rộng cánh cửa, từ tốn mời:

- À. Mời cô. Cô cứ mang dù vào.

Thiếu phụ bước vào nhà dựng cây dù ở một góc, xin phép chủ gia máng áo măng-tô trên giá áo xong theo Hai Hổ tới bàn ngồi. Căn nhà thật đơn sơ, chỉ có một cái bếp than và một buồng ngủ nhỏ. Đồ đạc gồm một cái bàn, vài cái ghế, một cái tủ, một cái đi-văng (divan) ván ngựa, tất cả, đều cũ kỹ dưới ánh đèn vàng vọt trên trần nhà hắt xuống. Cầm nõ điếu cày và hộp đựng thuốc lào đùa về phía mình, Hai Hổ nói:

- Cô cứ ngồi đi. Cô uống trà nghe.

Liếc thấy chai rượu đã lưng phân nửa, thiếu phụ cười nói thật tự nhiên:

- Hình như ông đang uống rượu. Ngoài trời mưa lạnh, tôi cũng muốn uống một chung cho ấm lòng.

Hai Hổ vừa ngạc nhiên vừa thích thú trước phong thái của người khách lạ, ông từ tốn rót đầy hai chung rượu rồi chủ động nâng chung mời khách:

- Mời cô.

Thiếu phụ cầm chung rượu lên ngắm nghía rồi lẳng lặng uống cạn.

- Anh Năm dạo này ra sao cô?

Nghe Hai Hổ hỏi thăm anh mình, cô hiểu ngay ông thừa nhận mình là ai. Thật ra khi thấy mặt gia chủ cô biết ngay ông là Hai Hổ, bạn săn năm xưa của Năm Báo, anh ruột cô. Khi biết cô tháp tùng phái đoàn Y Dược Sài Gòn lên Kontum cứu tế dân nghèo trong vòng một tháng, Năm Báo nhờ cô khi rảnh ráng tìm thăm Hai Hổ, đã lâu không biết tin tức bạn già sống chết ra sao.

Người thiếu phụ đã không mất nhiều công mới tìm ra nhà của Hai Hổ. Địa chỉ anh cô ghi đúng, nhưng quãng thời gian sau này Hai Hổ đã dọn chỗ ở không xa lắm, chỉ xéo bên kia đường.

Nhìn Hai Hổ, cô gượng cười, nói:

- Dạ. Anh Năm không được khỏe cho lắm, thưa ông.

Giọng nói của người thiếu phụ thật nhỏ nhẹ. Dưới ánh đèn tuy vàng vọt nhưng cũng đủ soi hồng khuôn mặt thon thon, cặp chân mày rậm, sau tròng kính trắng là đôi mắt mở lớn, đầy tự tin.

Như vừa sực nhớ điều gì, thiếu phụ ngồi thẳng lên móc trong bóp ra một tấm hình đưa cho Hai Hổ:

- Anh Năm dặn tôi gởi lại tấm hình này cho ông Hai.

Nhìn tấm hình đã phai chụp Năm Báo cầm súng đứng trước xác con beo đốm bị Năm Báo bắn hạ, Hai Hổ khá xúc động.

Tiếng mưa vẫn rơi đều trên mái tôn cứ lôi cuốn ông lội ngược về những kỷ niệm một thời săn bắn.

Kontum là một tỉnh địa đầu ở vùng Tây Bắc của Cao Nguyên miền Thượng. Dãy cao nguyên trải dài từ Kontum, Pleiku, Darlac, Tuyên Đức, Quảng Đức, Lâm Dồng núi rừng trùng điệp là giang sơn của các loài thú gồm cọp, voi rừng, lợn lòi, gấu ngựa, chó sói, trâu rừng, bò rừng, hươu, nai, chồn, cáo, nhưng hiếm khi gặp beo.

Cuối thập niên 40, Hai Hổ cùng các bạn săn thường lái xe Dodge vào rừng săn bắn. Các tuyến đường Kontum - Yaly dài 36 cây số, đường Kontum - Pleikrong dài 60 cây số, đường Dakto - Benhet giáp Ai Lao 35 cây số…, Hai Hổ và bạn săn thường lui tới.

Có lần nhóm Hai Hổ lùng theo dấu vết một con beo gấm giữa rừng già An Khê nối liền dãy Ngok Linh ngập sương lam chướng khí. Vừa lên tới đầu con dốc, bổng có một vật gì to lớn, lao vụt xuống dốc suối. Những cây cỏ tranh, đám lau già và bụi cây rừng rung lên dữ dội.

Cả nhóm chưa kịp hươi súng lên thì một tiếng gầm khủng khiếp từ trên ngọn cây con beo gấm khổng lồ lao vụt xuống. Con mồi là Năm Báo, người đi sau cùng. Ngay cú tát hãi hùng của dã thú, Hai Hổ nghĩ Năm Báo chắc chắn chết ngay. Nhưng may mắn thay, số Năm Báo chưa tận nhờ dốc núi dựng đứng và vì quá sợ hãi, anh ta trợt chân ngã dúi dụi xuống mặt đất bầm.

Hụt cú tát, lập tức con thú quay ngoắc lại ụp mình xuống gặm cổ nạn nhân định tha đi. Trong cơn cùng tắc biến, Hai Hổ đã phải hết sức tự chủ mới bắn được phát súng, tuy không trúng con thú nhưng cũng khiến nó giựt mình nhả nạn nhân phóng mình mất dạng trong rừng già.

Từ ngày bị beo gấm giết hụt, Năm Báo như người mất hồn. Nỗi sợ hãi bị beo vồ đã ám ảnh khiến tóc Năm Báo, chỉ trong một đêm đã bạc trắng như lau. Từ đó, không hiểu sao bạn săn ai cũng quen miệng gọi tên cúng cơm của Năm Lê là Năm Báo. Mãi về sau này, Năm Lê mới biết và méo mặt với một hỗn danh để đời. Sau gần nửa năm về Sài Gòn dưỡng thương, vết răng trên cổ bị beo gặm tuy lành miệng nhưng đầu Năm Báo bị niểng một bên, như người thiếu phụ cho ông Hai biết.

"Nhìn thân hình gầy đét ngày một tàn tạ của anh Năm, tôi xót xa vô cùng. Hình ảnh một ông anh vui sống lúc còn là một thợ săn đã biến mất. Thay vào đó là dáng dấp một người già nua, xanh xao, đơn độc, đầy phiền muộn…"

Người thiếu phụ cáo từ ra về đã lâu mà Hai Hổ vẫn còn ngồi ngẩn ngơ bên chung rượu đã cạn. Nghe tiếng mưa sùi sụt và cảnh sắc ảm đạm ngoài trời đã âm thầm dựng dậy trong ông những gương mặt người, từ đó kỷ niệm lặng lẽ hiện về.

TÌNH RỪNG

Đèo Âm Rắc (M' Drack) nằm trên quốc lộ 21 cách Banmêthuột khoảng 100km. Đoạn đèo dài 28km quanh co, đổ dốc hiểm trở, một bên là vách núi, một bên vực sâu, cỏ lau bạt ngàn, vào mùa mưa thường xảy ra nhiều. Tuyến đường từ Ninh Hòa lên Banmêthuột, ngoài đèo M'Drack còn có đèo Dục Mỹ, đèo Dốc Cao và đèo Phượng Hoàng.

Đứng trên đèo M'Drack, tháng năm gió Lào thường thổi từng đợt vi vu trên đám cỏ lau tạo thành những dợn sóng trắng phếu đuổi nhau chạy miết đến hút tầm mắt về phía núi. Đặc biệt, cách đèo M'Drack khoảng 20km về hướng Tây Nam có một buôn Thượng chỉ non chục nốc nhà sán lụp xụp, được bao kín bởi cánh rừng già trăm năm. Đó là buôn Cho của sắc tộc M'Dhur, một nhánh nhỏ của người Êđê. Buôn Cho nằm ẩn mình hun hút trong núi rừng trùng điệp nếu không c1o thảm cảnh chiến tranh thì cả đời chẳng ai héo lánh tới.

.

Đầu thập niên 1960, tuyến đường của quốc lộ 21 từ quận Phước An đi Ninh Hòa thỉnh thoảng bị Việt Cộng đắp mô. Sau mùa mưa, phu lục lộ không kịp sửa chữa nên mặt đường càng gập ghềnh, bừa bộn, lồi lõm những ổ gà, ổ voi. Vào mùa mưa đường càng trơn trợt, lầy lội, nhiều xe bị lún sình, nằm ụ dọc đường. Nhất là đèo M'Drack, Việt Cộng thường chận xe cộ lên xuống đòi nộp thuế mãi lộ, gạo, muối, cá khô và những vật dụng cần thiết. Trên tuyến đường này, thỉnh thoảng thầy trò thiếu úy Thân và binh nhất Quách Beo đi công tác Dục Mỹ, Nha Trang tiếp nhận các vật dụng quân cụ cần thiết.

Binh nhất Quách Beo thuộc ban Quân xa Tiểu đoàn Quân cụ Banmêthuột, là một thợ máy kiêm thợ mộc có tay nghề. Quách Beo tuy còn trẻ nhưng tướng tá vạm vỡ, đi đứng dềnh dàng như con gấu. Hàng ngày, ngoài công việc bảo trì, sửa chửa đủ loại xe nhà binh, rảnh rỗi anh còn lui cui cưa, bào, đục, đẽo, sơn phết doanh trại. Quê của Quách Beo ở miệt vùng Thất Sơn Châu Đốc, nơi có lắm truyền thuyết huyền bí; sau một khóa huấn luyện tân binh quân dịch tại Trung tâm Huấn luyện Quang Trung, Quách Beo chọn ngành Quân cụ tình nguyện lên tuốt cao nguyên miền Thượng lập thân. Nghe đồn anh có võ Thần quyền còn gọi là võ Bùa vì Quách Beo rất tự hào với chiếc nanh heo lúc nào cũng đeo trước ngực. Có điều anh chàng rất bảnh chọe. Cuối tuần là chặt láng. Áo quần tươm tất, nai nịt gọn gàng, xịt dầu thơm, tóc sức "bri-zăn-tin" khệnh khạng đi bát phố.

Tháng 5 năm 1957, trên đường đi công tác Dục Mỹ, thầy trò Quách Beo gặp phải cơn mưa tối tăm mặt mũi gần tới đèo M'drack mới tạnh hẳn. Đèo M'Drack vừa dài vừa quanh co, nổi tiếng hiểm trở, dốc chuồi đến chóng mặt, gặp mưa đường càng trơn trợt nên anh tài xế giảm hẳn tốc độ, cẩn thận cho xe chạy thật chậm..Đi công tác lúc nào cũng vậy, Quách Beo thường mang theo tấm nệm đặt sau sàn xe. Dọc đường ít khi gặp mưa, chàng tuổi trẻ hứng chí hát hò đã đời rồi dụi đầu xuống nệm ngủ thẳng cẳng. Lần này, sau khi mưa dứt hột Quách Beo khoan khoái vạch tấm bạt thò đầu ra, vươn vai, phồng ngực thở hít khí núi, ngắm cảnh hoang liêu chập chờn những làn sương trắng mỏng như khói từ những khe núi phả xuống bao trùm ngọn đèo. Ở núi chiều xuống rất nhanh nên không còn bóng dáng xe cộ xuôi ngược.

Đi được nửa đường đèo tới khúc quanh trơn trợt nguy hiểm nhất thì trời lại đổ mưa, thiếu úy Thân vội trấn an người tài xế. Có điều trong thời chiến, đôi khi số phận người lính cũng giống như khúc quanh của ngọn đèo, vốn nguy hiểm lại ẩn chứa nhưng bất trắc khôn lường. Mà thật vậy. Anh tài xế rà thắng vừa cho xe áp sát vách núi quẹo khúc quanh thật gắt thì xe cán trúng mìn chôn bên đường, cùng lúc một luồng hơi nóng từ trên chóp núi bắn vụt xuống. Đúng là họa vô đơn chí. Chiếc GMC to lớn, kềnh càng làm vậy, chỉ cần một phát Bazooka và trái mìn Việt Cộng quá đủ để nhấc bổng chiếc xe lên, xé banh từng mảnh bốc lửa ngùn ngụt xong ném tất cả ào xuống vực sâu.

Nằm chết ngất dưới vực sâu không biết bao lâu, một ngày, hai ngày hay lâu hơn, binh nhất Quách Beo vẫn không chết. Có thể nhờ sức vóc trẻ trung khỏe mạnh hay nhờ nanh heo yểm bùa đeo trên cổ đã giúp Quách Beo thoát khỏi tay tử thần? Tuy nhiên khi tỉnh dậy, anh thấy người vấy đầy máu, trán, ngực, cánh tay và đùi trái bị miểng cắt ngang dọc bầy nhầy những lằn dài, máu vẫn còn ri rỉ. Quách Beo run rẩy ngốc đầu nhìn quanh quất không thấy người tài xế chỉ

thấy thiếu úy Thân nằm bất động cạnh gốc cây dầu.

Quách Beo cố trườn tới gần để rồi sởn cả tóc gáy. Khuôn mặt thiếu úy Thân bị cắt phăng mất phân nửa, óc bết nhầy nhụa lên tóc, máu từ trong con mắt còn lại mở trừng chảy thành dòng xuống cổ đọng thành vũng, đặc quánh, hai cánh tay và chân trái đứt lìa, ngực mở toang, ruột trào ra khỏi bụng thành một nùi nhuộm đỏ cả đám cỏ lau.

Nhìn cảnh tượng hãi hùng trước mắt, Quách Beo cố sức bò ra khỏi vùng tử địa khoảng hai mươi thước, vừa chạm lối mòn luồn giữa đám cỏ tranh cao lút đầu thì kiệt sức. Trước lúc ngất đi anh loáng thoáng nghe như có tiếng chân người đạp cỏ tranh lào xào đi tới.

Ngót mười năm sau, năm 1967, binh nhất Quách Beo của mười năm trước đã trở thành người Thượng mang tên Y Heo Mlo, gọi tắt là Heo, có vợ tên H'Mái, người trong bản thường gọi là Meo, con gái của già làng.

Sau hơn bốn tháng được đồng bào buôn Cho cứu chữa bằng lá thuốc và rễ cây rừng, khó khăn lắm Quách Beo mới dần dà hồi phục, song anh mất hết ký ức anh mất hết ký ức. Quách Beo hoàn toàn không biết gì về quá khứ của mình chỉ mơ màng biết anh là Y Heo thuộc người của buôn Cho. Dù vậy, Quách Heo vẫn còn yếu, chân tay run rẩy không làm được việc gì ngoài việc bập bẹ học tiếng của người M'dhur do vợ anh dạy. Qua khuôn mặt đờ dẫn, mắt nhìn xa xăm, vơ dạy sao anh học vậy, như người máy. Dĩ nhiên, Quách Beo cũng không hề biết người vợ đã nhọc nhẫn, kiên tâm nuôi anh từng muỗng cháo ngô, mớm từng chút nước suối, cố giằng co, níu kéo anh ra khỏi tay tử thần.

Từ đó, xuôi theo năm tháng dần qua, Quách Beo tìm lại sự sống và sống bằng cuộc sống bình thường như người làng Cho mình trần, đóng khố, ngậm dọc tẩu. Từ việc ăn uống, làm rẫy, tỉa lúa, thu hoạch, nghỉ ngơi cho tới săn bắn, đặt bẫy, bắt cá… anh đều khá thuần phục như người đàn ông M'dhur chính cống. Và rồi cũng như bao trai làng khác, một ngày đẹp trời, Y Heo Mlô được người con gái thanh xuân để ngực trần, quấn yêng tên H'mái cưới về làm chồng. Người Êđê theo chế độ mẫu hệ, con gái tới tuổi cặp kê đi cưới chồng, người Thượng gọi là "bắt cái chồng," một tập tục dễ thương được lưu truyền từ ngàn đời đã trở nên tự nhiên đến bình thường.

.

Cũng vào quãng thời gian này, một hôm toán thợ săn của ông Ba Lâu lần theo vết máu của con mãnh hổ bị ông Ba bắn cố chạy thoát thân về hướng Đông Bắc đèo M'drack. Mùa mưa, rừng ẩm ướt, trơn trợt gây trở ngại cho toán thợ săn đang ra sức truy lùng ác thú.

Thập niên 1960 không còn nhiều thú dữ như thời Pháp thuộc. Săn được cọp, tuy không ăn thịt, nhưng móng cọp, nanh, xương cọp và bộ da cọp rất quí giá. Cọp chết để da, người ta chết để tiếng là vậy. Chưa kể râu cọp dùng để chế thuốc độc.

Đang đội mưa rượt theo dấu vết mãnh thú, chợt

cả toán không ai biểu ai đều nhất loạt khựng lại, ngồi thụp xuống, căng mắt nhìn về phía trước, lóng tai nghe. Theo ngọn gió Đông thổi về họ nghe trong mưa rả rích văng vẳng tiếng trẻ con hồn nhiên ca hát pha chút giễu cợt. Từ trong sâu thẳm của núi rừng hoang dại tự nhiên lại nổi lên âm thanh kỳ lạ, một loại âm thanh khúc khích của trẻ con dù có tính cách hồn nhiên nhưng nghe rất ma quái và man rợ. Hơn chục năm lăn lộn trong nghề săn bắn, ông Ba Lâu ít nhất cũng đã ba phen gặp phải ma rừng. Dù vậy, sau khi quan sát tình hình địa thế, ông khoát tay ra hiệu cho cả toán tiến về phía tiếng hát.

Họ men theo dòng suối, đi mãi xuống gần thung lũng. Trời đang ngã về chiều. Rừng như ngủ trong sương. Vừa xuống tới thung lũng toán thợ săn ngạc nhiên khi tận mắt nhìn thấy một buôn Thượng nghèo xơ nằm sụp trong cánh rừng rậm rạp, âm u, nếu không tinh mắt không ai có thể trông thấy. Lúc này, không ai nghe thấy tiếng cười đùa của trẻ con nữa, nhưng hầu như ai cũng còn lạnh gáy. Đúng lúc đó, một nhóm người Thượng đi săn trở về. Họ cầm giáo mác và mang cung tên, hai người đi sau khiêng con nai chà khá lớn. Vừa nhìn thấy toán thợ săn, người Thượng đi đầu dừng lại quan sát giây lâu xong hỏi ngay: "Ba Lâu hả?" Nghe giọng khàn khàn, lơ lớ của người đàn ông Thượng, không riêng gì ông Ba Lâu, cả toán thợ săn đều giựt mình không ngờ nỗi giữa chốn thâm sơn cùng cốc này lại có người Thượng biết nói tiếng Việt và nhận ra bạn cũ. Vững tâm ông Ba tới gần nhìn kỹ thì nhận ra ngay Y Xá, người bạn cùng đơn vị ngày xưa đã mất tích cả chục năm trước. Thì ra tiếng gọi thiêng liêng của Mẹ Núi đã kéo binh nhì "đơ-dèm-cùi-bắp" tên Y Xá… đào ngũ trở về với chốn sơn lâm huyền bí.

Bữa tiệc rừng do tù trưởng Y Xá mừng gặp lại bạn xưa khoản đãi lúc trời vừa sụp tối. Ngồi quanh đống lửa, chủ khách chào hỏi xôn xao, hỏi thăm nhau những chuyện thường ngày trong làng, chỗ này bàn bạc về săn bắn, chỗ kia tâm sự về múa màng, chỗ nọ tay bốc thức ăn, tay vít cần trúc cong xuống kê miệng lim dim hút rượu cần.

Ngồi hai bên thành hàng dài, có một anh thanh niên dáng người vạm vỡ, nước da đen xạm, luôn luôn ngồi im lặng, nét mặt lúc nào cũng đờ đẫn, có lúc ngơ ngác, đăm chiêu. Dù ở trần, đóng khố nhưng y không có nét gì là người sơn cước cả. Nhất là gương mặt sần sùi, dù nhuộm đầy mưa nắng vẫn phảng phất chút thành thị. Ông Ba Lâu nghĩ mãi vẫn không nhớ tình rừng đã từng gặp người bạn trẻ này ở đâu. Đến lúc y chồm tới bốc miếng thịt nai, sợi dây dù đính nanh heo lủng lẳng bật ra, ông Ba mới giựt mình sực nhớ tới Quách Beo, anh binh nhất đã tử nạn trên đèo M'drack mươi năm trước. Tù trưởng Y Xá biết ý, sau bữa tiệc đã rì rầm kể cho ông Ba nghe về tình cảnh đáng thương của người thanh niên lực lưỡng mà lạc loài này. Mỗi con người sinh ra đều có sẵn số phận khác nhau một cách lạ lùng. Như Quách Beo, sau tai nạn thảm khốc đã mất hết ký ức cũng là do phận số. Anh không hề biết mình từng là người Kinh bảnh chọe mang tên Quách Beo, chỉ trong phút chốc bị mệnh đời quái ác biến anh thành người sơn cước dưới cái tên mộc mạc Y Heo Mlô. Nhưng nghĩ cho cùng dù suốt đời sống trong trạng thái mơ màng anh Heo cũng biết yêu người vợ tên Meo của mình. Những lần đầu gối tay ấp, anh cũng biết thủ thỉ bên tai vợ:

"Heo yêu Meo.".

Thưa Quí bạn đọc. Câu chuyện kỳ lạ kể trên do ông Ba Lâu kể lại cho ba tôi, nhân lúc tôi từ mặt trận trở về, ba tôi kể lại cho tôi nghe. Chuyện xảy ra lâu rồi, nay tôi mạn phép viết ra đây để tưởng nhớ - dù muộn - những linh hồn đã khuất, đã trở về với cát bụi, với núi rừng hoang lạnh âm vu.

TUỔI TRẺ CHÚNG TÔI

Ngót nghét mới đó đã 56 năm ròng. Những người lính trẻ năm xưa không kịp sống cho hết cuộc chiến tranh tương tàn nay đã biến thành tro bụi; còn những người may mắn sống sót như chúng tôi cũng đã lần lượt về già.

Ngày xưa tuổi trẻ chúng tôi hồn xanh như ngọc, sức mạnh nằm trong lồng ngực nở nang và niềm tin bám chặc trên đôi cánh tay gân guốc. Ngày ấy tuổi trẻ vẫn thích nghịch ngợm, thích đùa cợt, thích được ngợi khen, vẫn biết giận dỗi, biết khích tướng và biết khóc cười. Ngày ấy chúng tôi như những tia nắng rực rỡ, như những viên đạn lao vào đời. Mà đời thì có muôn ngàn lối rẽ để đi. Ở đó có trường học và nhà tù, có nhà thương và nhà máy, có thành thị và nông thôn, có tôn giáo và chính trị, có tiền tài và bạo lực, có viên đạn và cuộn băng, có di sản văn hóa và có cả tâm linh... Ở đó, hàng ngày chúng tôi học được nhiều điều hữu ích, nhiều sự vật và sự thật rõ ràng hơn, mãnh liệt hơn, ít dám khinh xuất hơn. Nhất là cái chết không tầm thường chút nào. Chính những cái chết dù anh dũng cách mấy bao giờ cũng hết sức xót xa. Người ta nói những kỷ niệm đau buồn thường ngấm sâu tận đáy lòng và ở lại rất lâu với con người.

Tuổi trẻ là tuổi dấn thân đi tìm lại chính mình. Và chiến trường là nơi đầy thách thức bản thân, là nỗi ám ảnh, là sự ngã xuống hay vươn lên trong cuộc sống còn. Tuổi trẻ chúng tôi đi vào cuộc chiến tranh tuy là một sự chọn lựa của số kiếp nhưng lại là bổn phận của một công dân yêu nước, là niềm tự hào của đời trai trong thời lửa đạn. Chết thì thành chiến sĩ vô danh, làm phân bón cho đất thêm mầu mỡ. Sống thì thể xác lẫn tinh thần mang đầy thương tích và hoài niệm. Bài học làm người sau chiến tranh như ứa ra từ những trang lịch sử gây nên một cảm giác buồn thê thiết, có cái gì đó khiến cõi lòng vẫn âm ỉ, ray rứt một niềm cay đắng, xót xa, nó tích tụ ở đó lâu ngày chầy tháng thành một thứ kỷ niệm buồn.

Mới ngày nào tuổi trẻ chúng tôi như lá xanh đời, giờ đây đã nhăn nheo, tàn úa, lụm cụm, xiêu vẹo và khổ hạnh như những cành cây xương xẩu sẵn sàng chờ đợi và chịu đựng những ngày tháng không tên trước mắt.

Người chiến binh lúc về già sống chết cho ra con người hay không cũng là một kiếp số. Số kiếp làm ra con người chúng tôi, làm ra cuộc đời chúng tôi. Có nhiều người đã qua đời vì già yếu, bệnh tật, vì hậu quả thương tích của chiến tranh. Những kẻ sống còn thì tản mát khắp đất nước, trong thành phố, giữa xóm làng, hoặc lây lất tận những vùng đất hoang hay kinh rạch hẻo lánh đâu đó. Còn những chiến binh không tên tuổi như chúng tôi sống một cuộc sống còn lại nơi quê người cũng là một kiếp số.

Nhưng mà cho dù tuổi xuân chúng tôi có qua đi, có hay không có em bên anh, có hay không còn những người thân bên cạnh, những đồng đội... thì dù ở đâu cái mảnh đất dưới chân mình vẫn âm ỉ cháy như miếng than hồng. Là vì mọi người như chúng ta vẫn còn một trái tim, một nỗi nhớ chung.

Ngày nay, những chiến binh già lây lất sống ngay trên quê hương mình vẫn tha thiết nhớ một quê hương tốt đẹp ngày xưa. Và chúng tôi, những chiến hữu về chiều vẫn đau đáu hướng về quê cha đất tổ như hướng về một người tình. Riêng cá nhân tôi, sau hơn 30 năm chưa trở lại quê nhà lần nào vẫn đau đáu nhìn về quê hương ngày xưa mà thèm nhớ, dầm dề nhớ, da diết nhớ, gợi nhớ nỗi nhà.

Rồi có lần sau cơn trằn trọc, trong giấc ngủ tôi mơ thấy một giấc mơ thật kỳ lạ: quê hương hóa thân thành cành sen trắng ngả mình vào tận chỗ tôi nằm.

MẶT TRẬN ĐỒNG VĂN

Mấy năm trước, tình cờ đọc bài viết *Cầu Ngang* của tác giả Đồng Văn đăng trong facebook của một người bạn ở Pháp, Quách Thuận ngạc nhiên và thích thú. Hỏi thì bạn nói "lượm trên net". Quách Thuận biết Đồng Văn tên thật là Đồng Văn Na từ hồi học trung học đệ nhất cấp, nhà đối diện với vũ trường Màu Hồng của Cô Ba Rô-Nét trên đường Tôn Thất Thuyết, cạnh nhà chú thím của Quách Thuận. Na trạc tuổi Thuận, bổn tánh hiền lành, ít nói, rụt rè như con gái miền cao. Vậy mà khi lên trung học, Đồng Văn Na sớm bộc lộ khiếu văn chương trên bích báo nhà trường ký bút hiệu Đồng Văn, với giọng văn gãy gọn, cách hành văn mạch lạc, rõ ràng gây nhiều chú ý của thầy cô và bạn học.

Năm 1959, tất cả nhà cửa, tiệm buôn, quán xá tọa lạc trên một vùng đất vuông trong thị xã hoàn toàn bị bà hỏa thiêu rụi, dĩ nhiên, gia đình Na và chú của Thuận thuộc trong số nạn nhân của hỏa hoạn. Khi trở lại trường Quách Thuận mới biết Đồng Văn Na theo gia đình dọn về miền Tây sinh sống.

Thời gian cứ thế trôi đi. Khi Quách Thuận đậu tú tài toàn phần thì chiến cuộc giữa hai miền Nam Bắc ngày càng leo thang. Thay vì thi vô Đại học, Thuận tình nguyện lên đường nhập ngũ tòng chinh. Mãn khóa trường Bộ Binh Thủ Đức về phục vụ Tiểu Đoàn 4 Thủy

Quân Lục Chiến đóng ở Vũng Tàu bất ngờ chuẩn úy Quách Thuận gặp lại người bạn cũ Đồng Văn Na. Thì ra Na đã có mặt ở binh chủng này trước chuẩn úy Thuận trên ba năm. Hạ sĩ Đồng Văn Na nổi tiếng gan lì trong tổ Viễn Thám của Tiểu Đoàn, từng vào sinh ra tử trong những cuộc hành quân ở rừng Sác, rừng U Minh và dọc theo biên giới miền Tây. Một Đồng Văn Na dạn dày sương gió trong bộ đồ rằn ri hoàn toàn khác biệt với thư sinh Đồng Văn Na của những ngày xa xưa trên phố núi.

Chuẩn úy Quách Thuận vẫn nhớ hoài mặt trận Bình Giã. Trận Bình Giã là trận đánh xảy ra giữa Quân lực Việt Nam Cộng Hòa và quân Cộng Sản Bắc Việt vào cuối tháng 12 năm 1964 trong Chiến tranh Việt Nam tại làng Bình Giã, tỉnh Phước Tuy. Bình Giã tọa lạc hai bên trục lộ trải đá nối liền giữa hai tỉnh Bà-Rịa và Long Khánh.

Cuối tháng 12/1964, Tiểu Đoàn 4 Kình Ngư thuộc Lữ Đoàn Thủy Quân Lục Chiến được lệnh đưa quân vào đồn điền cao su Quảng Giao để tìm chiếc trực thăng của Mỹ bị bắn hạ cách Bình Giã thuộc Tiểu khu Phước Tuy khoảng 4km. Đúng lúc đó, Tiểu Đoàn 4 bị lọt vào ổ phục kích của địch thuộc Trung đoàn 27. Địch quân bao vây bốn phía, chúng dùng chiến thuật biển người tấn công dữ dội. Mặc dù Tiểu đoàn 4 Thủy Quân Lục Chiến chống trả quyết liệt và chặn đứng nhiều đợt xung phong, song đây là một ngày đen tối, Tiểu Đoàn chịu thiệt hại nặng gây nhiều thương vong. Lúc Tiểu đoàn trưởng và Tiểu đoàn phó bị tử thương, Trung úy Toản, Trung đội trưởng nắm quyền chỉ huy điều động Tiểu Đoàn cố thủ trên ngọn đồi cao su Quảng Giao. Trận đánh vẫn diễn ra khốc liệt cho đến khi Trung úy Toản bị thương, đã cùng chuẩn úy Quách Thuận và các quân nhân còn sống sót của hai Đại đội 1 và 3 mở đường máu xông phá vòng vây chạy thoát về tới Bình Giã. Trận này Tiểu Đoàn 4 Kình Ngư gồm 112 quân nhân kể cả 22 sĩ quan của Tiểu Đoàn đã tử trận, 71 bị thương, một số cố vấn Mỹ bị bắt làm tù binh.

Trận Bình Giã cũng là nơi hạ sĩ Thủy Quân Lục Chiến Đồng Văn Na giã từ vũ khí, vĩnh viễn nằm xuống giữa rừng cao su Quảng Giao, tỉnh Phước Tuy, cách Sài Gòn 67km.

Năm ngoái, từ Canada tôi về nước tình cờ gặp Quách Thuận, người bạn học cũ, trước cửa phi trường Phụng Dực, Banmêthuột. Tuy cách xa nhau đã nhiều năm, gặp lại Quách Thuận tôi nhận ra ngay vì bên má trái của Thuận có một cái bớt son tròn như trứng gà. Tôi không biết Quách Thuận đón ai, nhưng gặp tôi Thuận cũng ngớ ra, chỉ vào tôi Thuận nhanh nhẩu: "Tư phải không?"

Quách Thuận và tôi là bạn học thời thơ ấu, nay về chiều nhưng trông bạn vẫn còn khá nhanh nhẹn. Chiều hôm sau hẹn gặp nhau ở quán cà phê Bâng Khuâng, Thuận hỏi tôi chuyện đi du học xong bạn kể về cuộc đời mình từng trải qua trong chiến tranh.

Khi Quách Thuận cho biết "Hạ sĩ Na chết rồi" tôi lớ ngớ buột miệng hỏi Na nào. Thuận nhìn tôi khẽ lắc đầu chậm rãi kể lại đời lính vào sinh ra tử ra sao, sống sót sau những trận đánh như thế nào, nhất là trận chiến ác liệt giữa đồn điền cao su Quảng Giao năm 1964, nơi hạ sĩ Đồng Văn Na hy sinh.

Thuận, Na và tôi là bạn học từ tiểu học. Khi lên trung học tôi xuất ngoại du học từ đó ban bè không còn gặp lại nhau, ngót 70 năm rồi.

Trở lại Canada, nhớ lại những gì Quách Thuận kể tôi viết thành truyện ngắn "Mặt Trận Đồng Văn". Cốt truyện này, tôi muốn đề tặng người lính cảm tử Đồng Văn Na, bạn tôi, cũng để tiếc nhớ Quách Thuận, không chết trận mà nghe nói chết vì bị rắn độc cắn ở quê bạn, làng Mường cổ Hòa Bình.

Vạn vật trong bể dâu không bao giờ ngừng biến đổi. Đời người cũng vậy, luôn ẩn chứa những điều bất ngờ mà không ai có thể lường trước được. Nhà Phật có câu" Sanh, lão, bệnh, tử", nhưng có rất nhiều bào thai chưa kịp sinh ra đã chết trong bụng mẹ, cũng có rất nhiều người mất trước tuổi già, hoặc không đợi bệnh. Đời người thường xuyên giáp mặt với cái chết nên có người bi quan cho rằng làm người đã là điều bất hạnh. Uy viễn tướng công Nguyễn Công Trứ nói thật hay:

Kiếp sau xin chớ làm người
Làm cây thông đứng giữa trời mà reo.

TRẬN ĐÁNH

Từ ngày ra trường dưới hình thù một người lính tác chiến, hầu như trung úy Tiên có mặt nơi địa đầu giới tuyến nhiều hơn là ở thành phố.

Trung úy Cái Mộng Tiên vẫn nhớ hoài trong suốt mười năm chiến đấu ngoài mặt trận, từ trên rừng xuống đồng bằng, ngực mang đầy huân chương đủ loại, nhưng thân thể thì rách nát, sẹo sọ, thương tích dọc ngang. Những cảnh chém giết điên dại, tiếng gào thét man rợ, tiếng máu chảy làm méo sệch cả thể xác lẫn tâm hồn. Nhiều lần cận chiến, báng súng và lưỡi lê giúp người thành thú hiếu sát, bạo liệt, hung tàn, thẳng tay hủy diệt nhau, đâm vào nhau bằng một loại chiến tranh ý thức hệ sắc lẻm, lạnh ngắt. Nhiều đêm nằm mơ anh thấy mình là một dòng sông trôi đi, trôi xa mãi, trôi ra ngoài cuộc đời mình. Từng khoảnh khắc, từng sự kiện, từng kỷ niệm trong suốt những năm dài chiến đấu đã nhào nặn anh thành thần tử và những đồng đội mà số phận và gương mặt của họ hình như không còn ai nhớ.

Ngày tháng vẫn trôi đi, trung úy Tiên trải qua hết mặt trận này đến mặt trận khác, trong khi nhiều người ngã xuống anh vẫn bật dậy lao tới. Năm 1970, sau 42 ngày tham dự khóa huấn luyện sình lầy tại trung tâm Dục Mỹ, trung úy Tiên bay lên Pleiku trở lại Quân Đoàn II trình diện chờ nhận nhiệm vụ mới.

Thành phố Pleiku, sau nhiều năm xa cách đã mau chóng phát triển, dù chiến cuộc đang trên đà leo thang. Nhìn đâu anh cũng ngửi thấy không khí và màu sắc chiến tranh. Xe nhà binh, súng đạn, những người lính ngược xuôi trên các ngã đường.

Vừa đặt chân tới Pleiku trung úy Tiên nhớ ngay rạp hát Diệp Kính vẫn mang một bộ mặt cũ kỹ, buồn bã, rêu phong theo tuế nguyệt. Dọc theo đường Hoàng Diệu chạy dài về hướng Tây có vài đoạn dốc, anh nhận ra khu chợ mới anh ở xưa kia giờ đây nhà cửa dân cư đông đúc hơn. Bến xe vẫn trải đá, vẫn lầy lội vào mùa mưa và rác rưởi. Căn nhà thầu thực phẩm của cô Tư nay đã đổi chủ, cất lên bốn từng lầu rộng rãi, bề thế hơn. Hàng xóm ngày xưa không biết có còn đó hay đã dọn đi biệt dạng.

Ở Pleiku được hai hôm, trung úy Tiên cầm sự vụ lệnh theo xe quân vụ đi thẳng ra đơn vị đồn trú ở Plei Buk. Plei Buk là mảnh đất phía cực Tây của tỉnh Pleiku. Anh đến đó một ngày tháng tư 1970. Cái tháng tư ở tiền đồn Plei Buk gió từ đồi núi chung quanh cứ thổi sàn sạt trên mặt đất nâu bầm, tơi tả vì vết tích chiến tranh.

Cái cảm giác đầu tiên của anh khi đặt chân lên mảnh đất biên giới này là một cảm giác nhức nhối. Ngoài vọng gác lô cốt nhô lên để quan sát địa thế và tình hình chung quanh, toàn bộ phận cơ hữu đều nằm chìm dưới lòng đất trên một ngọn đồi trọc thoai thoải về hướng

Tây Bắc. Phía ngoài công sự, hàng rào kẽm gai và concertina được giăng đầy.

Chính cái tiền đồn đèo heo hút gió này, năm 1965 chỉ trong một đêm đã bị Việt Cộng úp đồn. Vì có nội tuyến nên địch quân nắm rất rõ tình hình và địa thế bên trong; chỉ trong một đêm trời mưa rả rích chúng đã đánh phá thật dữ dội, tàn bạo, ác liệt đến cùng. Tất cả từ vị chỉ huy đến binh sĩ các cấp trên dưới bốn chục tay súng đều bị tàn sát. Từ đó, đồn trở nên hoang phế như mộ địa. Ngót hai năm sau, công binh Mỹ mới trở lại, dùng hàng trăm tấn thuốc nổ phá lòng đồi, đào hầm dựng bộ chỉ huy mới và bổ sung quân số. Năm năm sau, chân anh mới dẫm lên vùng đất chiến lược bầm dập, lở lói và nghiệt ngã này. Cái vùng đất u lên như một vết thương đã nhiều lần bị xới tung be bét ngổn ngang vì đạn pháo kích, vì những đợt tấn công của quân thù, kể cả bên ta gọi pháo binh dập. Dưới chân đồi mờ xa, con sông Sésan vốn hùng vĩ và mạnh mẽ, cuồn cuộn chảy giữa hai bờ rậm rạp những rừng gộp, dầu, sao, gõ, có cả cẩm lai cổ thụ, đại ngàn.

Bây giờ trung úy Tiên đứng giữa hiu quạnh đất trời, thở hít cái không khí nồng cháy mùi đất và mùi cỏ cây khô héo dưới vầng dương thiêu đốt để nhận ra cái gian khổ, hiểm nguy, đầy bất trắc sống còn đang rình rập phía trước. Trong cái không khí ấy, nơi địa đầu giới tuyến này bất ngờ đến kinh ngạc anh gặp lại người bạn cố tri thất lạc đã nhiều năm.

Vừa dưới miệng hầm ngoi lên, đang lui cui phủi bụi trung út Tiên giật mình nghe có tiếng người thảng thốt gọi: - Tiên! Tiên phải không?, rồi ú ớ, lập cập: Ê! ê... Trung úy... Tiên!

Trời đất! Ở cái cõi khô cằn nghiệt ngã sống nay chết mai này mà cũng có người nhận ra mình thì kinh ngạc hết biết. Tay che mặt trời, trung úy Tiên nheo mắt định thần nhìn kỹ thì trời phật ơi rõ ràng là... ông thầy võ của anh: Bảy Nẫu!

Đúng là Bảy Nẫu "đơ-dèm cùi bắp", độc thân kinh niên nay là Hạ sĩ nhất trinh sát của đại đội.: cao, gầy, rắn rỏi, da sạm nắng, tóc lơ thơ vài sợi bạc. Tất nhiên, trong buổi tri ngộ không thể thiếu cuộc nhậu cố tri: nguyên can rượu đế 20 lít, chục con khô cá sặc rằn được anh em binh sĩ săng sái mang ra đãi đằng. Phải rồi. Những người lính vô danh sống và chiến đấu trên ngọn đồi ma quỷ này hầu hết đều trẻ, khoẻ, phong trần, chịu chơi, đánh nhau nhất định là dũng mãnh, gan lì.

Ngồi bên cạnh trung úy Tiên dưới hầm, trong căn phòng nhỏ, khiêm tốn gọi là câu lạc bộ, anh nhận ra Bảy Nẫu dù đã hơn 50 tuổi vẫn còn rắn rỏi, khoẻ mạnh và nhanh nhẹn. Bản tính con nhà võ trước sau vẫn ào ạt, liều lĩnh, chai lì, bạt mạng. Sau này, trong những lần hành quân, những cuộc dọ thám, những pha đụng độ, những trận đánh, sự sống còn từng trải càng in đậm những nếp nhăn trên gương mặt rạm nắng, dãi dầu của anh.

Nhưng mà... ở đời đố ai học được chữ ngờ. Như gặp lại Bảy Nẫu, thầy dạy võ của trung úy Tiên năm xưa giữa ngọn đồi tử thần này đúng là một bất ngờ. Rồi cũng chính Bảy Nẫu, lính của anh sau này đã ngã gục trước mắt anh cũng là cái hết sức bất ngờ đến thương tâm.

Mùa mưa năm 1972, trong một trận đánh khốc liệt ở quận Lệ Trung, kẹp giữa Pleiku - Kontum, hạ sĩ nhất Bảy bị một viên đạn Aka cắm ngay giữa lồng ngực. Từng trải đến thế, nhanh nhẹn đến thế, mạnh mẽ đến thế, vẫn thua một viên đạn đồng vô tri, không có mắt.

Tờ mờ sáng, nhận được tin trinh sát báo địch càn vào thôn A, mục đích lùa dân làm bia đỡ đạn. Địch rất đông, hỏa lực mạnh. Cỡ tiểu đoàn. Dưới làn mưa, trung út Tiên dẫn một cánh quân men theo đường rừng tiến vào thôn A. Từ xa, cánh Tây Bắc của đại úy Hổ đã chạm địch, nghe nhiều tiếng lựu đạn, M79 lẫn tràng súng của hai bên nổ giòn. Trung úy Tiên ra lệnh cho anh em chia thành ba mũi giáp công, vừa nhử mũi chính diện vừa thọc hai bên sườn tiến thẳng vào thôn. Xe tăng bò vào, bộ binh trườn vô. Hai bên đánh một trận kịch liệt ở bìa rừng, ở từng mô đất, bụi cây. Địch tràn vào thì ta chặn lại, đánh bật chúng ra. Lúc co, lúc giãn, lúc xáp- lá- cà. Đánh cận chiến là thế thượng phong của hạ sĩ nhất Bảy. Gặp địch trước mặt, cứ thế gầm lên dẫn đồng đội lao tới bắn sát rạt, thọc lưỡi lê, dọng báng súng, và Bảy Nẫu còn dùng cả bàn tay sắt chém thẳng vào mặt vào cổ quân thù. Võ sư mà. Trận đó, kéo dài hơn một tuần, bên ta diệt được hai T54 và hàng trăm tên. Tất nhiên vì ác liệt bên ta cũng hy sinh không ít, trong đó có hạ sĩ nhất Bảy, tức Bảy Nẫu.

Tảng sáng ngày thứ năm, thấy phe ta bị tổn thất khá nặng, nhất là thấy trung úy Tiên vừa vượt tới đầu cầu đã bị đạn bắn xướt mảng da cổ, may mắn máu không chảy nhiều, chỉ ri rỉ nhưng cũng đủ làm hạ sĩ nhất Bảy nóng ruột. Tiếng đại liên của địch vẫn khạc liên tiếp về phía ta.

Đang được anh y tá băng bó vết thương, chợt nghe thấy Bảy Nẫu gầm lên, tay cầm lựu đạn phóng tới. trung úy Tiên hốt hoảng chồm dậy la lên,: "Anh Bảy! Bảy, trở lại ngay!" nhưng Bảy không nghe, vẫn khom người lao về hướng mô đất cao phía trước. Biết không cản được lòng sôi sục của Bảy, trung úy Tiên vội ra lệnh cho anh em theo sau xử dụng tối đa hỏa lực bắn yểm trợ Bảy Nẫu.

Trước mắt anh, hạ sĩ nhất Bảy vừa bám vào mô đất cao đã nhanh nhẹn ném liên tiếp bốn quả lựu đạn về phía địch. Mặc dù không nhìn thấy nhưng ai cũng nghe rất rõ tiếng gọi nhau ơi ới lẫn những tiếng rên rỉ đau đớn của Cộng quân. Hăng máu, hạ sĩ nhất Bảy lao mình tới đứng dậy ném tiếp quả lựu đạn thứ năm thì bất ngờ từ cánh rừng bên trái tiếng đạn đại liên bay chiu chíu qua đầu, vừa kịp thấy Bảy Nẫu bật ngửa.

Trước đó chỉ mới một phút thôi, thân hình con nhà võ vốn dẻo dai, chắc nịch, cứng như thép nguội trong tích tắc đã giãn ra, rũ xuống, vô hồn. Từ trên mô đất cao, cái đầu của Bảy Nẫu trượt xuống trước, kéo theo tấm thân oặt ẹo như một loại động vật không xương, mềm nhũn trượt dần xuống theo triền dốc của mô đất. Máu theo tử thi trôi xuống vẽ nên một vệt dài ngoằn ngoèo chảy đỏ bầm cả mặt đất. Mặt ngửa lên trời. Mắt mở trừng. Lồng ngực vỡ toang, nhầy nhụa những gân, xương và thịt. Cạnh cái xác là sợi dây ba chạc vẫn còn dính lại chùm lựu đạn.

Một người lăn lộn, chai sạn như Bảy Nẫu ngã xuống khiến đồng đội trở nên nao núng, trung úy Tiên cũng sững lại bên bờ tre, ngơ ngác. Lúc đó mặt trận trở nên yên tĩnh lạ lùng. Không cắt nghĩa nổi sự im lặng của chết chóc, người ta chỉ còn nghe tiếng côn trùng rên rỉ, như than van, như ai oán cảnh Bắc Nam tương tàn.

Hơn bốn mươi năm qua rồi, bây giờ, ngồi một mình ở đây, bên kia trái đất là quê nhà, không nghĩ tới thì thôi mà nghĩ tới, nhắm mắt lại tôi vẫn còn rõ mồn một hình ảnh ngọn đồi chết chóc ở Plei Buk và giây phút hạ sĩ nhất Bảy ngã xuống ở quận Lệ Trung. Mặt ngửa lên trời. Mắt mở trừng. Lồng ngực vỡ toang, nhầy nhụa những gân, xương và thịt. Từ trên gò đất cao, máu theo tử thi trôi xuống vẽ nên một vệt dài ngoằn ngoèo chảy đỏ bầm cả mặt đất. Cạnh cái xác là sợi dây ba chạc vẫn còn dính lại chùm lựu đạn.

Thời gian lặng lẽ trôi đi như dòng sông không bao giờ trở về nguồn cội, nhưng dư âm cuộc chiến tranh hai miền Nam Bắc vẫn không bao giờ phai nhòa trong tâm trí của những ai từng tham dự trận địa còn sống sót cho đến ngày nay.

RỒI ĐỜI CHIẾN TRANH

Chiến tranh hai miền Nam Bắc nước mình mới đó, rẹt một cái đã thụt lùi những 43 năm liền. Thời gian đúng là như ngựa chạy.

Hồi đó, nước mình chiến tranh liên miên, điêu linh khắp chốn nghĩ mà đau cái đầu mà cũng... thắc cười thấy mụ nội. Thí dụ như hôm trước nhậu với thằng bạn trên Bản Thuột đèo heo hút gió, hôm sau nghe tin nó chết queo ở mặt trận Đồng Xoài, trở thành chiến sĩ vô danh. Cái chết sao mà lẹ quá chừng, nó nhẹ tợ lông hồng nên chết dễ ẹt. Nó chết rồi mới nhớ hồi nhỏ téo nhóc tì lối xóm tụi tôi chơi với nhau áo quần xộc xệch, tóc tai bù rối, mũi dãi lòng thòng, có đứa còn đái dầm, ỉa đùn trong lớp. Thân thiết từ cái hồi tiểu học lên trung học rồi đại học, cuối cùng là đi vào đời. Đời bao la quá, đâu có nhỏ xíu như ở quê, nên vừa bước vào đời thì mỗi thằng mỗi ngả, đa số đều vào lính.

Thời buổi loạn lạc, đi lính có nghĩa là hầu như đứa nào cũng ôm súng lao vào hòn tên mũi đạn. Ngặt một nỗi súng đạn làm gì có mắt, đốn ngã không biết cơ man nào mà kể. Có người ngã xuống thành phân bón cho núi rừng, sông nước biển khơi, có người thành những nấm mồ; có người trở thành thương phế binh. Thằng Nhiễu chết ở A Lưới. Thằng Đôn chết ở Hạ Lào. Thăng Lai chết ở Pleime, thằng Hoè chết ở Dak Mil, thằng

Được chết ở cổ thành Quảng Trị... Thằng Còn cụt một tay, thằng Xoài mất một chân, thằng Trúng cụt tay, mất một mắt bị loại ra khỏi vòng chiến.

Tôi nhớ hoài, mùa mưa năm 1972 được tin thằng Sĩ, thiếu úy Chiến Đoàn 3 Lôi Hổ, nhảy toán hy sinh ở bên kia vỹ tuyến 17. Thật ra nó chưa chết tại trận, mà chết trên đường trực thăng tải thương về Quân y viện, vì mất máu nhiều quá. Khi xác vừa đưa về hậu cứ Chiến Đoàn là hai anh em tôi đã có mặt. Đây là thời kỳ đẫm máu nhất trong lịch sử chiến tranh Nam Bắc. Nhiều người lính trẻ đã trở thành những anh hùng không tên tuổi ngã xuống trên khắp bốn vùng chiến thuật. Nhiều đến nỗi hễ thấy xe nhà binh cuốn theo bụi đường thắng một cái két trước nhà nào thì nhà nấy coi như... "thấy mẹ" rồi.

Thằng Sĩ chết ba ngày chưa chôn, cái hòm kẽm phình ra hết cỡ. Nhìn tấm hình nó lồng trong khung kính đặt trên nắp quan tài chập chờn khói nhang mà tội nghiệp quá chừng. Nhớ ngày nào rửa lon thiếu úy, thằng Sĩ dắt đào dợt le ngoài phố thấy mà... phát ghét. Cái thằng vốn to con lớn xác, dện bộ đồ Biệt Kích vào người, đầu đội mũ vải rằn ri coi nó ngầu quá mạng. Nhất là cái "an-xin" (insigne: phù hiệu) bên vai có hình con hổ và tia chớp xẹt ngang qua cánh dù lộng gió trông oai vệ ra gì. Mà đâu đã hết. Trên túi áo của thằng Sĩ còn thêu một cái sọ người với hai khúc xương trắng hếu chéo nhau đội bốn chữ Hồn Ma Biên Giới hình vòng cung thấy mà ghê.

Cái thằng phong trần vậy mà ghiền dầu thơm hết biết. Hồi đó tụi tôi cũng lính như ai nhưng nhà quê thấy mồ tổ, có thằng nào điệu nghệ như nó đâu. Sống thì thơm phức cả phố phường, chết thì chao ơi, cái mùi tử khí của nó làm điếc cả mũi, nghẹn cả ngực. Nguyên một bó nhang bự tổ chảng, hai anh em tôi đem theo thắp cho nó cũng không đánh bạt nổi mùi tử khí tội nghiệp của thằng bạn mình, cái thằng hồi nhỏ tôi thường vật lộn với nó, thường trốn học đi tắm suối, đi câu cá, đá banh, tạt hình, chơi u mọi, chơi bịt mắt bắt dê...

Nghĩ mà ớn. Chiến tranh liên miên tha hồ Thần Chết cầm lưỡi hái đi "hái" hết đứa này tới đứa khác. Hồi đó thằng nào chết mất xác thì thôi, còn xác bọc trong poncho chở về hậu cứ là bạn bè, anh em ngậm ngùi đi viếng.

Tụi bạn ngã xuống, dĩ nhiên mình đau lòng, nhưng riết rồi chẳng biết tới phiên đứa nào nên chẳng thèm để bụng làm gì thêm mệt óc. Chết là hết chớ gì. Ấy vậy mà tới phiên anh ruột mình hy sinh thì trời ơi mũi dãi ở đâu mà cứ sụt sịt tuôn ra dầm dề, nó lòng thòng quệt hoài nó cũng cứ lõng thõng mệt nghỉ. Tôi bồi hồi nhớ lại lúc hung tin bay về thì ôi thôi, cả nhà đều bù non bù nước vật vã khóc than. Ba tôi vốn trầm tĩnh mà cũng sụt sùi đến thương tâm. Má tôi thì khỏi nói. Cái cảnh một mình bà lặn lội lên Pleiku tìm cho được xác con đưa về ai thấy cũng đau thắt ruột. Lòng mẹ Việt Nam đúng là bao la như biển Thái Bình.

Nằm chết ngoài mặt trận nắng mưa lầm lũi tới hai mươi ba ngày sau mới hốt được xác thì chỉ còn mấy khúc xương và tấm thẻ bài chớ còn gì. Cho nên lúc về tới nhà tôi thấy người ta hì hục khiêng anh tôi vô nhà sao mà nhẹ hều. Cái hòm kẽm lạnh ngắt, không có cài hoa, cũng chẳng có phủ cờ. Bạn bè tôi, anh tôi và biết bao thanh niên thiếu nữ là rường cột của nước nhà có bao nhiêu tuổi đầu mà sao chết trẻ quá chừng, chết đúng vào cái thời hoa mộng nhất của đời người. Nhà nào có con cái vì nước hy sinh hãnh diện thì hãnh nhưng úi chao là cay đắng. Tôi nhìn di ảnh anh tôi đặt trên bàn thờ mà nghe nức nở trong lòng. Cả một khung trời tuổi thơ chờn vờn trước mắt.

Bây giờ bạn bè tôi, con trai trưởng của ba má tôi đã ra đi ngót 51 năm ròng. Nhìn lại Thế Chiến I và Thế Chiên II mà ngậm ngùi. Thế Chiến Thứ Nhất kết thúc vào giờ thứ 11 ngày 11 tháng 11 năm 1918 đã cướp đi hàng triệu triệu sinh mạng, quân cũng như dân. Đến nay những nấm mồ anh hùng tử sĩ trên khắp mặt đất vẫn còn đó. Trên cánh đồng Flanders và Ypres (Bỉ), Verdun và Bony (Pháp)... những nấm mồ vẫn đời đời yên nghỉ dưới ánh nắng mặt trời, dưới những cơn mưa, trên thảm cỏ xanh với những bông hoa tươi thắm.

Còn đất nước của mình thì sao? Sau 51 năm chiến cuộc lụi tàn, những nấm mồ kia, những nấm mồ của nhân dân bên này vỹ tuyến đều không được ngủ yên, đã bị cày xới, đã bị bóc lên đem chôn ở những nơi khác hoặc hỏa thiêu rải xuống nước hay đem vô chùa.

Xương cốt có trôi đi hay tro tàn nằm lại ở đâu cũng vậy, tôi nghĩ rằng linh hồn của những anh hùng vô danh bao giờ cũng ngập trong niềm xúc động vì họ nhận ra, không riêng gì những người thân, mà những ai còn có trái tim đã ngả mũ, nghiêng mình để bày tỏ sự tiếc thương, lòng kính trong và thực sự biết ơn họ, những người vì nước đã ngã xuống trong cuộc chiến tranh vô cùng đau thương này.

CÓ HAI NGƯỜI LÍNH Ở BUÔN CÔ THÔN

So với Buôn Cô Thôn ngày xưa có một vẻ đẹp hoang sơ, vắng lặng, nghèo, bụi bặm, buồn hiu hắt thì ngày nay Buôn Cô Thôn đẹp như một tiên nữ rừng xanh được đô thị hóa bởi chính quyền địa phương nhằm phát triển ngành du lịch thu hút đông đảo khách thập phương.

Buôn Cô Thôn cách Ban Mê Thuột khoảng 2km ở phía Tây Bắc tỉnh Darlac. Tiếng Êđê gọi Buôn Cô Thôn là Akô Dhong. Akô nghĩa là đầu nguồn, Dhong là lũng. Đây là nơi bắt nguồn của nhiều con suối chảy qua thị trấn Ban Mê Thuột.

Đứng trước nền văn minh hiện đại, giá trị truyền thống độc đáo của dân tộc Ê Đê gần như biến dạng khiến tôi bồi hồi nhớ lại những ngày tháng xa xưa với nhiều kỷ niệm buồn vui, nay chỉ còn trong hồi ức.

Hồi đó…

Sau những lần hành quân trở về trung úy Y Klu thường hay hú thiếu úy Tiến vô Buôn Cô Thôn của ông ăn mừng "sống sót". Lần đầu, chàng thiếu úy Tiến phong trần của tôi vô buôn một mình. Lần đó không biết chàng hào hứng ăn nhậu ra làm sao mà bét mắt ra sáng hôm sau mới tả tơi bưng đầu về làm tôi phát hoảng.

Sau này cô bạn Hà Ly, em gái của trung úy Y Klu, cũng là bạn học của tôi thời hoa mộng, kể cho tôi nghe sau cuộc nhậu sanh tử lửa với trai tráng buôn làng, chàng thiếu úy của tôi xỉn tới bến. Cản cách mấy chàng cũng… "dứt áo" phóng lên yên xe đạp lạng quạng đạp về. Thế là dọc đường chàng lưu linh té nhào đầu xuống đất nằm xụi đơ. May nhờ người làng trên nương chiều về nhận mặt nên hè nhau "cáng" chàng và chiếc xe đạp sút sên, quẹo vành đem trả lại cho trung úy Y Klu.

Từ đó, mỗi lần sống sót trở về, ông trung úy buôn Cô Thôn "hú" anh bạn đồng dội chịu chơi vô buôn nhậu là tôi đều đi theo. Lúc đi, chàng tỉnh táo chở tôi đi. Lúc về, tôi chở "cái hủ hèm" về. Vậy là chắc ăn như bắp, chàng có say xỉn cách mấy cũng hết bày đặt bắt chước nữ sĩ Hồ Xuân Hương "xoạc cẳng đo xem đất vắn dài".

Hồi đó, khi các ông xáp vào hút rượu cần, ăn thịt trâu, hào hứng kể toàn chuyện đánh giặc thì tôi và Hà Ly, đi dạo quanh buôn làng. Hà Ly, hồi còn đi học cho tới sau này, vẫn hiền lành, xinh đẹp như đóa hoa rừng. Cô hát rất hay, tiếng hát cao vút như chim sơn ca trên rừng núi. Ngay cả khi hồn nhiên kể chuyện về anh chàng bụi bặm của tôi xỉn rượu tới té nhào đầu dọc đường, giọng nói của cô cũng líu lo như chim hót.

Rút kinh nghiệm mỗi lần đi nhậu tôi cẩn thận đem theo sợi dây nịt nhà binh tôi chế biến đủ dài để sau cơn say mù trời đất tôi ngồi lên yên xe Honda Dame xong nhờ anh em bạn nhậu nai nịt chàng thật chặt vào lưng tôi đâu vào đó là tôi chạy ù về. Cái mà tôi thích nhất là người lính bét nhè yêu quí của tôi ngồi dính chặt sau lưng khiến tôi cảm thấy ngồ ngộ, hay hay, nhất là cái chất ấm trên thân thể chàng thấm vào lưng tôi khiến tôi cảm thấy ấm lòng.

Tôi còn nhớ trước ngày ra mặt trận hay sau những trận đánh trở về chàng đều đứng đằng sau lưng tôi âu yếm vòng tay ôm lấy tôi thì thầm lời ngon tiếng ngọt đến xiêu lòng. Lần nào cũng vậy, tôi đều nũng nịu áp má vào tay chàng tha hồ cho nước mắt của mình lặng lẽ tuôn ra. Đời chiến binh biết sống chết lúc nào, người vợ của lính không thương cảm cho đức ông chồng thì còn ai cảm thương giùm.

Những chiến binh anh hùng trở về, ngoài thân nhân, gia đình vợ con thì ba giọt rượu với bạn bè là chất gây men thần thánh. Trong chiến tranh, tôi từng chứng kiến nhiều người vợ lính cùng xóm vật vã, đau đớn lăn lộn bên chiếc hòm kẽm phủ cờ của người chồng vì nước hy sinh. Cho nên nhìn chồng mình trở về trong bộ đồ trận bụi bặm, nhầu nát tôi hãnh diện nhưng xót xa thương cảm biết chừng nào.

Bởi vậy cho nên sau những trận đánh sống mái ngoài mặt trận trở về, tuy ngại sự rủ rê của ông trung úy Êđê thật thà, chất phác song tôi lại nóng ruột dỏng tai lên chờ nghe "tiếng hú" của ông.

Chính những ngày tháng lao mình trong hòn tên mũi đạn, vắng "tiếng hú" vui tai kia tôi lại nôn nao nhớ, nôn nóng chờ. Tuy mệt, mà thiệt mệt với cái thói quen chết tiệt này song ngẫm nghĩ lại thấy mình buồn cười, thấy vui vui trong bụng.

Nhưng mà đời đã ngắn lại lắm rủi ro. Ngày chàng chiến sĩ anh hùng của tôi từ mặt trận mệt mỏi trở về thì "tiếng hú" hiền lành, thân mến kia vĩnh viễn nằm lại ngoài chiến địa.

Đầu năm 1972, trung úy Y Klu hy sinh trong một trận đánh đẫm máu dưới chân núi Chư Prong thuộc huyện ly Pleikli, nằm ở phía Tây Nam tỉnh Gia Lai - Kontum. Chàng của tôi nói ông Y Klu chết, anh không kịp vuốt mắt đã được toán cứu thương đưa anh về bộ chỉ huy hậu cứ băng bó thương tích đầy mình. Qua màn lệ ướt đẫm tôi run rẩy hôn lên những vết sẹo và những vết thương bị đạn cày chưa kịp lành trên người chàng.

Rồi người hùng của tôi lại ra đi. Vòng tay ân tình dành cho người vợ thương yêu cũng theo chàng ra mặt trận bỏ lại tôi một mình trong căn nhà lạnh lẽo.

Thời gian như dòng sông vẫn chảy, cứ thế trôi qua nhiều biến cố mang tính lịch sử trong đó có một biến động thời thế khiến hàng triệu người phải bỏ nước ra đi.

Ba mươi ba năm sau ở hải ngoại tôi mới có dịp trở về thăm lại quê nhà. Và tôi hết sức ngạc nhiên thấy mình lạc lõng trước sự đổi mới hoàn toàn của đất nước. Dọc đường từ Sài Gòn ngang qua Định Quán, về Phan thiết, Ba Ngòi, Nha Trang, Ninh Hòa lên tới cao nguyên Darlac… nhà cửa, cảnh vật không còn như xưa. Nhất là đứng trước sự hào nhoáng của buôn Cô Thôn làm tôi choáng ngợp. Tôi đã hoài công cố tìm lại chút hình ảnh kỷ niệm trước căn nhà sàn với tuổi đời trên ba mươi năm của trung úy Y Klu chỉ để nghe tiếng mình thở dài. Tôi lại lớ ngớ hỏi thì không ai biết cô bạn học Hà Ly của tôi là ai.

Người xưa đã không còn, những dấu tích truyền thống cổ xưa thảy đều tân trang. Tất cả đều đổi thay đến tận gốc rễ. Cây bứa trăm năm đơn độc bị bứng mất và thay bằng quán cà phê là những căn chòi nhỏ lợp bằng tranh dựng sát bên hồ nước trong xanh.

Khi từ biệt buôn Cô Thôn, nhìn bóng mình đổ dài trên mặt đất tôi cảm thấy lẻ loi, cô độc xiết bao. Hà Ly, trung úy Y Klu và người hùng muôn thuở của tôi nay ở đâu rồi?

Trung úy Y Klu tử trận ở Chư Prong đầu năm 1972, xác còn được đưa về hậu cứ; còn chàng thiếu úy Tiến yêu dấu của tôi kém may mắn hơn, chết mất xác trong một trận đánh trên đỉnh đèo Hà Lan, thuộc địa phận thị xã Buôn Hô, cách Banmêthuột 30km về phía Đông Bắc. Cố trung úy Phan Văn Tiến hy sinh vào cuối năm 1972.

Tôi còn nhớ ngày tôi dừng xe trên đỉnh đèo Hà Lan cao khoảng 800m, nhìn xuống dòng suối H'Lang hiền hòa chảy tôi càng thấm thía nhận ra nỗi đau khổ trên trần gian này đến rồi đi không rõ tung tích. Làm như thể nơi đây chưa từng xẩy ra những trận đánh. Không có tiêng súng giao tranh. Không có mùi thuốc súng. Không cả một giọt máu hồng. Thời gian đã xóa sạch mọi dấu vết trả lại bình yên cho bầu trời và mặt đất.

Một cơn gió núi mang theo hơi lạnh ùa vào mặt làm tôi ớn lạnh. Ngơ ngác nhìn quanh không hiểu sao tôi lại nhớ bài thơ Ông Đồ của Vũ Đình Liên mà lòng bồi hồi khôn tả:

Những người muôn năm cũ
Hồn ở đâu bây giờ.

CỌP RẮN

Chiếc Molotova chở người tù cải tạo và ba tên cảnh vệ đi chợ Quảng Nhiêu về gần tới trại tù Méval thì xe chết máy. Xế trưa trời không mưa nhưng mây thấp và gió buốt. Con đường đất, rừng cây, những ngọn đồi thấp như co lại vì cái lạnh cuối năm.

Molotova là loại xe vận tải từng vượt Trường Sơn vào Nam, sau chiến tranh vẫn dùng làm phương tiện di chuyển, như hàng tuần xe vẫn dùng để chuyên chở thực phẩm mua từ chợ Quảng Nhiêu vào trại. Chuyện trung úy Ban, tù "cải tạo kiêm anh nuôi" cứ cách tuần theo xe ra Quảng Nhiêu đi chợ đã quá quen thuộc với toàn trại.

Thời chiến, trung úy Ban, thuộc Liên Đoàn 21 Biệt Động Quân Banmêthuột nổi tiếng Ban lì, do trung tá Lan (Lan trọc) chỉ huy. Ngày 10 tháng 3-1975 khi Banmêthuột thất thủ, cọp rằn trung úy Ban bị bắt ngay tại xã Phước An. Từ đó anh không biết cũng như không nghe tin tức gì về số phận vị chỉ huy của mình.

Ba năm trước, cũng con đường âm u này, cũng chiếc Molotova đã chuyển trung úy Ban và hàng trăm tù "cải tạo" từ Trại Cải Huấn Ban Mê Thuột vào trại tù Méval. Méval cách thị trấn Banmêthuột khoảng 35km về phía Tây Bắc, trước kia là đồn điền trồng cao su và cà phê của người Pháp. Qua năm thứ hai, Ban được xếp vào toán nhà bếp làm "anh nuôi bồi dưỡng" cho trại.

Như thường lệ, xe đậu ngay trước ủy ban xã, ngó xéo qua bên kia đường là chợ. Quảng Nhiêu. Ngôi chợ quê đi một vòng đã... về chốn cũ. Ban nhớ những lần đi chợ đều có 3 tên cảnh vệ đeo súng kè kè một bên. Nhưng riết rồi họ thấy Ban rất kỷ luật, không có ý đồ bỏ trốn nên sau khi chợ búa xong hầu như họ thả lỏng Ban la cà mặc thích, cứ đúng giờ trở lại Ủy ban lên xe về trại.

Ngay từ khi Ban được thả lỏng anh nghĩ ngay tới chuyện vượt ngục mà anh đã manh nha từ khi bước chân vô trại cải tạo . Đã ba năm nay họa hoằn lắm trại tù Méval mới xẩy ra lẻ tẻ vài vụ vượt ngục nhưng kết quả không một ai trốn thoát. Rừng núi âm u trùng điệp, lạc vô đó sớm muộn gì cũng đều bị bắt lại. Có người đang dẫn độ về trại toan chạy trốn bị bắn chết.ngay tại chỗ. Những ai bị đưa về tới trại đều bị các "đồng chí" bề hội đồng tả tơi manh giáp. Nếu sống sót thì tù phạm bị cùm biệt giam, nếu bị đánh chết thì bó chiếu đem chôn. Từ đó, sau cụm rừng thưa cách láng trại không xa, mộ tù chính trị lẫn tù hình sự - không chết vì vượt ngục cũng chết vì bệnh tật - theo năm tháng đã mọc lên thành nghĩa địa tù.

Thời gian lầm lũi trôi qua và sau thời kỳ ổn định tình hình trại, tù được phép cho thăm nuôi. Ban đầu cứ cách hai tuần thân nhân tù "cải tạo" ở Banmêthuột thuê xe Dodge, loại xe vận tải nhỏ chở họ vô Méval thăm nuôi tù. Trung úy Ban, dân miệt đất mũi Cà Mau dĩ nhiên thuộc thành phần "con dì phước". Thật ra gia đình ba má Ban nghèo rớt mùng tơi, quanh năm suốt tháng mò cua bắt ốc ven sông ven biển độ nhật, tiền bạc đâu mà lặn lội lên tận miền cao xa xôi cách trở để thăm con. Biết vậy nên suốt ba năm tù anh không hề biên thư về cho gia đình. Anh coi như mình đã chết, cũng nhờ vậy lại đỡ khổ cho gia đình. Nhưng nhờ " sống lâu lên lão làng" nên sau này Ban, xong nhiệm vụ nhà bếp, được phép ra vô khu vực thăm nuôi, dù anh chẳng có ma nào vô thăm.

Nhờ được "trên" ưu đãi hiếm có này, Ban đã kín đáo quan sát tình hình chung quanh để tìm cơ hội vượt ngục. Cuối cùng sau nhiều lần quan sát, anh để ý tới chiếc xe Dodge và nhận ra ngay người tài xế tên Pú.

Pú, trước kia là lính vác máy truyền tin PRC 25 cho Ban ngoài mặt trận, nay là chủ nhân kiêm tài xế xe khách. Cũng nhờ trời xui đất khiến anh gặp lại tên đệ tử vốn lanh lợi, tháo vát và có nhiều sáng kiến trong đơn vị của Ban. Nhận ra "ông Thầy" Pú mừng rơn, tuy nhiên hai thầy trò tỏ ra thận trọng mỗi khi tiếp xúc và kín đáo bàn chuyện đào tẩu, ngoài tai mắt cán bộ.

Đầu mùa mưa, ngày D giờ H, đúng như kế hoạch hai thầy trò đã vạch sẵn, sau khi đi chợ Quảng Nhiêu xong, như thường lệ ba tên cảnh vệ trở lại Ủy ban xã, Ban lại la cà quanh chợ vắng người. Loanh quanh một hồi Ban rề rề tới gần chiếc xe Dodge của Pú đậu dưới hàng cây phượng vĩ. Đứng nép dưới gốc cây nhìn lên phượng nở đỏ rực. Thỉnh thoảng cơn gió quét qua làm rụng vài cánh phượng xuống mui xe. Lợi dụng mấy ông anh bà chị ngồi trên xe đang chuyện trò rôm rả, Pú kín đáo nháy mắt ra hiệu. Biết ý Ban vội đảo mắt nhìn quanh thấy chắc ăn anh vụt lao mình xuống gầm xe, liếc một cái Ban chụp ngay hai cái móc sắt móc dưới lườn xe rồi nhanh nhẹn đu mình lên đặt nhẹ hai chân và mông trên một tấm ván bắt ngang. Lúc đó mưa bắt đầu rơi rả rích. Từ trong quán nước bên đường, Pú bình tĩnh ra sau xe phủ tấm bạt nylon xuống cột lại không cho mưa tạt ướt hành khách xong Pú lên xe đề máy chạy luôn.

Treo mình tòng teng dưới lườn xe đang chạy, dù chậm nhưng sơ sẩy một chút là mất mạng như chơi. Có thể nói đây là một cuộc vượt ngục kỳ lạ, một kỳ công vượt bực của một người tù cải tạo có sức mạnh và ý chí quyết thắng đến liều mình.

Mưa càng lúc càng rơi tầm tã. Gió thổi mạnh hơn làm Ban lạnh run. Khoảng nửa tiếng sau tới khúc quanh, Pú giảm hẳn tốc độ chuẩn bị vượt qua con dốc lầy lội, nhão nhoét bùn sình. Nghiêng đầu nhìn ra quang cảnh hai bên, Ban biết đây là quãng đường dốc mang nhiều kỷ niệm rướm máu của anh và đồng đội. Trong thời chiến, tỉnh lộ 8 đi Méval xuyên qua Quảng Nhiêu bị cắt đứt. Nhiều trận đánh đã diễn ra tại khúc quanh dổ dốc về Quảng Nhiêu gây nhiều thương vong cho cả hai bên. Sau chiến tranh, Việt Cộng lấy Méval làm trại tù giam giữ các sĩ quan, viên chức chính quyền lẫn tù hình sự phía miền Nam.

Lần này định mệnh bắt Ban trở lại con dốc nghiệt ngã này dưới hình thù của một kẻ bại trận đang trên đường vượt thoát. Như đã bàn trước, khi xe trườn lên con dốc, Pú cho xe chạy thật chậm đủ để Ban uốn mình rút hai chân ra khỏi tấm ván buông nhẹ xuống đất, trong khi hai tay vẫn ra sức bám chặt hai cái móc sắt phía trên đầu. Ngay sau đó Ban buông hai tay cho thân mình nằm dài trên đất mặc cho quần áo bê bết bùn sình. Chờ xe rột rẹt sang số lướt tới, Ban vội vàng lăn mình vào đám cỏ cao mọc sát bên đường rồi cắm đầu lùi sâu vào rừng.

.

Núp trong đám bụi rậm Ban lắng nghe tiếng xe xa dần rồi im hẳn. Anh nhắm mắt vuốt mặt thở dốc thầm cám ơn thằng đệ tử trung thành chẳng biết bao giờ mới có cơ hội gặp lại. Kế hoạch vượt ngục táo bạo bằng hai cái móc sắt quấn lớp vải dầy và tấm ván kê ngang dưới lườn xe đều do Pú nghĩ ra. Cả hai thầy trò cũng biết rõ khi qua khỏi con dốc rất có thể sẽ bị bộ đội ra chặn đường xét hỏi như thỉnh thoảng họ vẫn làm. Để chắc ăn, Ban phải rời khỏi lườn xe ngay tại con dốc này.

Buổi xế chiều đường rừng yên tĩnh lạ lùng. Cảnh vật như đọng giữa một không gian mơ hồ. Rừng cây, bụi cỏ dửng dưng, xa lạ nhưng lúc đó lại vô tình che chở cho một tội phạm gan lì. Chỉ có tiếng mưa đang rơi kia không thiết đến nỗi hồi hộp, lo sợ bị bắt lại của anh. Toàn thân Ban ướt sũng, run rẩy vì lạnh.

Ban vẫn nằm im trong bụi rậm lóng tai nghe ngóng động tĩnh và quan sát tình hình.chung quanh. Bảy năm làm lính Liên Đoàn 21 Biệt Động Quân đóng tại Banmêthuột, Trung úy Ban chiến đấu ngoài mặt trận nhiều hơn là ở hậu cứ. Rừng xanh núi thẳm từng là nhà của anh. Đành rằng rừng bao giờ cũng bí ẩn, hiểm nguy và đầy bất trắc, nhưng đồng thời rừng che chở, dung dưỡng và cảm thông với con người. Tình cảnh đơn độc của Ban lúc này cũng giống như những người bạn tù trốn trại thiếu may mắn trước kia, đang đào thoát để tìm một chốn dung thân, một chút yên bình mong manh. Tự do và ngục tù dan xen trộn lẫn vào nhau tạo nên tâm trạng ngậm ngùi, biến Ban thành một con người rừng tả tơi, hoang dã và cô độc. Hồi trong quân trường, cán bộ đã dạy các khóa sinh cách mưu sinh thoát hiểm khi lạc trong rừng. Kiến thức này vô cùng hữu ích cho Ban trong giờ khắc thoát hiểm .

Màn sương lờ mờ trong rừng bắt đầu tỏa ra, bóng chiều mờ dần. Mưa ngớt hột. Chắn chắn giờ này bọn cảnh vệ đang cuống cuồng vác súng chạy đi tìm cọp rằn Ban. Trước nỗi sợ bị bắt lại, ý chí sống còn vực Ban dậy, anh trườn qua thảm lá cọ ướt sũng, bò qua đám cỏ tranh cao ngút đầu người, lách mình qua những bụi cây gai gốc, qua đám dây leo chằng chịt. Cứ thế, Ban nhắm hướng cây cổ thụ mờ mờ phía trước vừa đi vừa chạy càng xa con đường dốc càng tốt và nghĩ nhanh đến một nhành cây cao để ngủ qua đêm trước khi màn đêm thực sự trùm kín khu rừng.

Câu chuyện về cọp rằn vượt ngục vô tiền khoáng hậu đã trở thành một trong những chuyện kỳ lạ của thời hậu chiến. Câu chuyện một thời gây xôn xao cho ban Quản giáo và toàn trại tù. Có điều từ ngày cọp rằn vượt ngục đến nay đã 39 năm, không một tin tức, không một dấu vết, không một ai biết được số phận của anh ra sao; còn sống vất vưởng đâu đó trong các trại tù hay đã bị thủ tiêu trong rừng trong rú ngay khi bị bắt lại. Có trời mới biết.

Riêng Pú, người đệ tử trung thành của trung úy Ban năm xưa, ngồi trước mặt tôi phà hơi khói thuốc gật gù kể tiếp: "Sau khi thả ông Thầy xuống thấy ổng lẹ làng lăn vô bụi em yên tâm nhấn ga chạy luôn. Không ngờ đó là lần cuối cùng em gặp ổng. Thật ra sau đó em tiếp tục chở bà con vô trại thăm nuôi, dò la tin tức nhưng không ai biết thêm gì về ông Thầy. Nghe nói sau vụ ông Thầy trốn thoát mấy anh tù chính trị bị cúp thăm nuôi trong một tháng".

Riêng tôi cho rằng cựu trung úy Biệt Động Quân với biệt danh "Ban lì" đã biểu hiện một cách hết sức dũng cảm, linh động và nhân cách của một sĩ quan QLVNCH: một quân đội anh hùng, sống chết vì tổ quốc vì dân tộc mình. Điều này đã trở thành một đạo lý căn bản và lẽ sống tự nhiên của con người.

BUÔN HÔ

Buôn Hô là một quận của tỉnh Darlac, nằm trên quốc lộ 14 về phía Đông Bắc, cách Ban Mê Tthuột khoảng 30km. Quận Buôn Hô được người Pháp thành lập năm 1931.

Buôn Hô có nghĩa là "Làng có nước", nơi có hồ Ea Blong tạo điều kiện thuận lợi trong việc canh tác và sản xuất nông nghiệp. Vào mùa đông, Buôn Hô thường có sương mù đầy đặc, nhất là trên đỉnh đèo Hà Lan cao khoảng 780m, sương mù tạo cảm giác huyền ảo. Dọc theo đường đèo là những cánh rừng thông bát ngát, rừng cà phê rậm màu.

Trong chiến tranh, quận Buôn Hô có sự hiện diện của lực lượng Biệt Động Quân trực thuộc Liên Đoàn 21 Biệt Động Quân (đóng tại Ban Mê Thuột, gần Bangalow và sân đá banh).

Ngoài Biệt Động Quân, tại quận Buôn Hô còn có sự phối hợp của các đơn vị Địa Phương Quân và Nghĩa Quân thuộc Chi khu Buôn Hô để giữ an ninh địa phương.

Cũng cần nói thêm một chút về Tiểu Đoàn Biệt Động Quân đồn trú tại quận Buôn Hô. Đây là đơn vị chủ lực trực thuộc Liên Đoàn 21 Biệt Động Quân, thường xuyên hoạt động và đồn trú tại khu vực Buôn Hô để bảo vệ quốc lộ 14 và khu vực cửa ngõ phía Bắc của tuyến đường giao thông huyết mạch. Lực lượng Biệt Động Quân này thường trấn đóng các cứ điểm chiến lược, nổi bật là đèo Hà Lan, nơi có các công trình phòng thủ kiên cố, cũng là nơi từng xảy ra những trận đánh khốc liệt.

Đó là nói về thời gian trước 1975 tôi cùng đồng đội từng đi qua đèo Hà Lan của quận Buôn Hô mà không lần nào đụng trận. Sau 1975 tôi bị bắt đi tù Cộng Sản tại Ban Mê Thuột rồi tìm cách rời xa đất nước. Tính đến nay gần 50 năm tôi chưa trở về quê nhà lần nào nên tôi hoàn toàn không biết gì về Buôn Hô nơi tôi từng đi qua dưới hình thù của một người lính. Thuở đó, tôi chỉ biết địa danh Buôn Hô là Buôn Hô chớ không phải là Buôn Hồ như sau này bị đổi tên. Có một điều đáng nói ở đây, rằng quận lỵ Buôn Hô, một địa danh nhỏ rức xưa kia hầu như vô danh mà nay lại sinh ra vài tên tuổi nổi tiếng trong nền văn học nghệ thuật nước nhà.

Đó là nhà thơ Như Thương, tác giả của 11 tập thơ, 1 tập văn và 1 CD nhạc xuất bản từ 2004 đến 2023 tại Hoa Kỳ. Nhà thơ Như Thương tên thật Phạm Kim Hương từng là học sinh trường Trung học Ban Mê Thuột, niên khóa 1967-1974. Trước 1975, ông thân sinh Phạm Công Cẩn (1930-2023) của Như Thương là Trung tá Pháo Binh về sau là Quận Trưởng Chi khu Buôn Hô đến cuối tháng 4/1975.

Ngoài ra, Buôn Hô còn… sinh ra hai nữ ca sĩ nổi tiếng về tài năng và sắc đẹp, là Phương Anh (sinh

4/1993) và Phương Ý (3/1996). Cả hai chị em cùng lớn lên trong một gia đình Công Giáo có 6 anh chị em. Ba mẹ của Phương Anh-Phương Ý là người gốc Huế vô Ban Mê Thuột sinh sống, lập nghiệp. Cả hai chị em đều nổi tiếng là Thần Tượng Boléro.

CĂN NHÀ XƯA

Sau 45 năm xa quê, nhìn tấm hình chụp căn nhà xưa do mấy đứa em ở bên nhà gởi qua làm tôi giựt mình. Thời gian thật khủng khiếp, nó như bàn tay quỷ mị mọc ra lạnh lùng úp chụp các thứ rêu phong ẩm mốc lên tường nhà trông giống như một bức tranh vụng về của thiên nhiên. Tuy nhiên, vách tường vẫn đứng vững kiên trì tỏa ra một sức mạnh kỳ lạ dù đen đúa vì mốc meo, cũ mèm đến tội nghiệp và thê thảm hệt như một người bạn thất chí lâu năm gặp lại. Nhưng mà nhìn kỹ lại một ký ức xa vời tôi có cảm tưởng như căn nhà thật quen thuộc, thật bình yên, tự nó vẫn lặng lẽ đứng đó dưới bầu trời xám xịt, vững chắc trong cơn nắng lụt mưa lầy, ngạo nghễ vươn lên mặc cho con tạo xoay vần, thế sự đổi thay.

Căn nhà này đã từng diễn ra biết bao là buồn, vui, tốt, xấu, bình yên và dữ dội, xiết bao là nỗi niềm ẩn chứa những kỷ niệm khôn nguôi. Căn nhà có ban công kia, đứng trên đó dựa vào lan can ta có thể nhìn bao quát chung quanh khu phố cũng như nhìn thẳng xuống suối sâu; xa hơn là dãy Trường Sơn nằm ở phía Tây lãnh thổ Việt Nam đổ dài về phía biển Đông theo hình cánh cung một màu xanh thẳm.

Cả một dãy phố với những cấu trúc sát liền nhau lại xẻ ra một con hẻm không tên. Con hẻm là điểm chốt cặp hông căn nhà này, tuy nhỏ nhưng vô cùng tiện lợi trong đời sống hàng ngày của bốn phố đi ngược về xuôi.

Mưa nắng từng đổ xuống và gió từng luồn qua con hẻm này, lâu năm đất hẻm trở thành đất nện khô cứng khá bằng phẳng đa phần cũng vì dấu chân người qua. Nhưng tội nghiệp cho con hẻm cũng thường bị ẩm ướt vì nước thải, vì rác rưởi và khai nồng vì nước tiểu. Phố núi chúng tôi xưa nay không có nhà xí công cộng nên con hẻm không tên vô tình lại trở thành một vị trí địa lý vĩ đại cho những ai mắc tiểu. Thập niên 1950, những người đàn bà Thượng lưng mang gùi, bụng địu con trong buôn ra phố đi chợ lúc mắc tiểu thường ghé vô con hẻm này dạng chân đứng tiểu thật tự nhiên.

Có lẽ ông bà ta xưa quan sát thấy chị em ta đái ngồi mới phán một câu xanh dờn: "Đàn bà đái không qua ngọn cỏ". Tôi nhận thấy câu tục ngữ này ngày nay không còn chính xác vì đã lỗi thời. Cũng có thể các cụ ta xưa chưa từng nhìn thấy đàn bà miền núi mặc yêng (váy) đứng đái, đương nhiên là… ướt hết đầu ngọn cỏ.

Họ, những người đàn bà trong buôn ra chợ lúc mắc tiểu không tiện cởi yêng nên phải tiểu đứng. Cái dáng đứng tiểu của họ liếc qua cũng đã thấy gọn gàng, kín tiếng và khá ngộ nghĩnh. Tôi nghĩ rằng vì ảnh hưởng phong thổ khí rừng khí núi cộng với công việc nương rẫy đã nung đúc họ có một dáng dấp thon thả, thân hình săn chắc, mạnh mẽ và đằm thắm.

Có thể nói phụ nữ tiểu đứng là một nghệ thuật hiếm thấy ở các dân tộc khác. Nhằm bảo đảm an toàn hoặc giảm thiểu tối đa không để yêng bị ướt người phụ nữ miền cao phải đứng hơi dạng chân, đầu gối chùn xuống, lưng hơi khum đâu vào đấy xong mới đái nhín từng đợt sao cho dòng nước tiểu lặng lẽ chảy dọc từ đùi xuống đất. Hẻm hào phóng và bao dung những ai cần giải quyết mọi rắc rối một cách ổn thỏa. Nghệ thuật tự nhiên này chỉ xẩy ra trong hẻm ít người nhìn thấy nên không ảnh hưởng gì đến cái gọi là công xúc tu sỉ, một Hình luật Canh cải 330 của nhà nước thời phong kiến. Hơn nữa, nghệ thuật tuyệt vời độc đáo này phụ nữ người Kinh không tài nào bắt chước được vì kỳ cục quá, thẹn quá, ngại phạm thuần phong mỹ tục.

Tôi không sinh ra trong căn nhà rêu phong này như các em tôi, nhưng dưới nền móng của nó lại là nơi chôn nhau mình. Sáu mươi bốn năm trước, tiền thân của nó là căn nhà gỗ đơn sơ mái tôn, vách ván, không có trần nhà, nền nhà ngăn trước tráng xi-măng, nhưng nhà bếp ngăn sau là nền đất.

Đặc biệt, phía sau hè, nhà nào cũng có một cái cầu tiêu còn gọi là nhà cầu hoặc nhà vệ sinh. Tuy bình dị nhưng cực kỳ phổ biến và vô cùng hữu ích trong đời sống hàng ngày của mọi người. Thời đó, dựng nhà vệ sinh không có gì khó. Sau khi đào một cái hố vuông vức sâu chừng 1, 2 thước xong người ta dựng kín quanh miệng hố bằng bốn tấm ván hoặc phên tre, cửa cũng bằng vật liệu thô sơ này, mái lợp lá hoặc tôn. Sàn cầu được khoét một cái lỗ hình vuông hoặc hình chữ nhật khoảng một gang tay, hai bên lót hai viên gạch để ngồi thả chất thải thẳng xuống hố sâu.

Thập niên 1950, đời sống của người dân hiền hòa trên phố núi cứ thế trôi dần theo thời gian. Cho đến một hôm, nửa đêm khuya khoắt, cả một khu phố đang ngủ say thình lình bị bà hỏa nổi lửa cùng cơn gió lớn thiêu rụi không chừa bất cứ một căn nhà nào, cho đến rạng sáng ngày hôm sau mới hạ hỏa. Không nghe nói có ai chết cháy trừ gia súc, rắn rít và lúc nhúc dòi bọ dưới hố phân. Riêng con Kiki lông vàng, đuôi xoắn ốc chạy theo chúng tôi là may mắn thoát nạn.

Mãi đến năm 1960 nhà cửa mới được khởi công xây dựng lại. Thời đó, má tôi, suốt một đời sớm khuya tần tảo, hạp mệnh tuổi nên bà tự đứng ra theo dõi, đốc thúc công việc xây nhà mới. Chính cái sinh khí tốt của má tôi giúp cho nhà cửa không phạm phải tam tai, hoàng ốc, kim lâu mà tồn tại cho đến tận ngày nay.

Căn nhà xưa kia và con hẻm không tên mà độc đáo này từng là nơi in dấu chân tôi từ thuở ấu thời cho tới một ngày, vì thời thế tôi phải lìa xa. Đi xa mà không biết bao giờ mới trở lại để đến ngày nay, ở tuổi về chiều, bằng hết cả tâm tình, chăm chú nhìn căn nhà rêu phong ẩm mốc kia tôi có cảm tưởng như nó cũng lặng lẽ giương mắt nhìn lại cố nhân. Trang Chu ngày xưa nằm mơ hóa bướm *(Hồ điệp chi mộng vi Chu* dư?) có khác nào tâm trạng của tôi ngày nay.

Căn nhà xưa vẫn đứng đó như một bức tượng bám đầy rêu phong; còn con hẻm không tên kia đến nay tôi không hề nghe ai nhắc tới, dù xưa kia nó từng có một vị trí địa lý vĩ đại cho những ai cần giải quyết khẩn cấp mọi rắc rối ở người.

Căn nhà nay đã xưa, con hẻm kia cũng đã cũ, ở đó chứa đựng rất nhiều thương nhớ của tôi.

CON GÀ CHỌI

Bạn tôi thích nuôi gà nòi nhưng không thích môn gà chọi. Anh nói đó là một hình thức cờ bạc và hành hạ súc vật, dính líu tới tứ đổ tường nên anh tránh xa. Trước 75, anh là sĩ quan biệt phái dạy Triết tại một trường tư thục Sài Gòn. Sau 75, anh nghĩ mình thuộc thành phần "biệt phái" chắc không sao. Ai dè khi khai báo với ban Quân quản anh bị ghép vào tội "làm việc cho CIA". Ôm nỗi oan ức đó anh đi tù cải tạo từ Nam ra Bắc suốt 10 năm ròng. Lúc trở về mới biết nhà cửa, cha mẹ không còn, vợ theo người khác vượt biên ra hải ngoại, anh trở nên bất đắc chí lên Ban Mê Thuột ẩn cư, giúp người chị dòng con lớn làm ruộng rẫy cho qua ngày đoạn tháng.

Không nghề nghiệp, tuổi đời lại khá cao nên anh sống âm thầm như chiếc bóng. Người chị dòng lớn cũng không thua gì anh. Chồng chết trận ở Kontum năm 1972 trong một trận đánh dưới chân núi Ngok Linh. Hai đứa con lớn đã lập gia đình trở ngược ra Hà Nội sinh sống làm ăn, nhà chỉ còn thằng Út khờ. Người ta nói chị Luyến bị trầm cảm sau cái chết của chồng đã ảnh hưởng đến bào thai, phải sanh mổ. Thằng Út lớn lên, tuy to con lớn xác như bố nó nhưng đầu óc lại khờ khạo, chỉ được cái nết dễ bảo dễ nghe lời mẹ. Từ ngày có anh về sống chung chị cảm thấy bớt neo đơn, nhà cửa cũng bớt trống trải. Lúc vào vụ mùa năm 1986, tôi gặp anh tại xã Chi Lăng.

Chi Lăng cách Ban Mê Thuột 7 cây số, nằm ở phía Tây Nam đi Bù Đăng, Bù Đốp. Xã được hình thành sau cuộc di cư vĩ đại năm 54 của đồng bào miền Bắc vào Nam. Gia đình bố mẹ tôi nằm trong chuyến di cư vô tiền khoáng hậu đó. Sau biết bao dâu bể đổi dời, đến nay xã tương đối trở nên sung túc hơn.

Nhớ lại năm 1965, cũng như biết bao thanh niên rường cột của nước nhà, tôi lên đường nhập ngũ tòng chinh, chiến đấu ngoài mặt trận cho đến ngày mất nước. Sau 30 năm chiến tranh tương tàn, có quá nhiều sự hy sinh từ hai phía. Những kẻ sống sót thuộc thành phần "ngụy quân ngụy quyền" đều đi tù cải tạo.

Ngày 10 tháng 3-1975, trên đường tiếp viện từ Buôn Hô về Ban Mê Thuột, tôi, binh nhì "đơ-dèm cùi bắp" thuộc Liên Đoàn 21 Biệt Động Quân, bị bắt làm tù binh đi tù từ Méval tới Củng Sơn mất 5 năm mới được thả về. Trở về mảnh đất Chi Lăng xưa, tôi nai lưng làm đủ thứ nghề: đẩy xe thồ, vá lốp xe đạp, sửa xe máy, thợ hồ, thợ cưa, nấu rượu lậu... Mãi đến năm 1986, trời thương tôi mới đổi qua nghề lái máy cày, cày thuê ngoài đồng. Một hôm trên đường về tôi gặp một người đàn ông đang cuốc đất sau vườn nhà chị Luyến, láng giềng của tôi.

Đất Chi Lăng là đất tôi thuộc nằm lòng nên ai đi ai ở, ai mới tới, ai làm gì tôi đều biết hết. Gặp người nào lạ mặt tôi hay để ý tới. Chẳng làm gì, chỉ tò mò một chút thế thôi. Riêng người lạ mặt này, thoạt nhìn tôi biết ngay anh ta ra dáng trí thức hơn là con nhà nông chân lấm tay bùn. Sau này quen thân, tuy sống đời cần lao đạm bạc nhưng lúc nào anh cũng ăn mặc tươm tất, nói năng thì ôn tồn, nhỏ nhẹ và hiểu biết rất sâu sắc về nhiều khía cạnh của cuộc đời đầy hệ lụy này. Xưa nay tôi sẵn máu lính rằn ri ba trời bốn trật, nói năng vụt chạc, quen thói du côn, vậy mà một người trí thức mang cặp kính cận dầy cộm như anh lại coi tôi như bạn bè thân thiết, thật khó tin. Đã vậy, tính tôi đã làm là làm cật lực nhưng cuối tuần lại thích la cà nơi trà lầu tửu quán; còn anh và thằng Út suốt ngày ở ngoài đồng về là giúp chị Luyến trồng thêm luống khoai, luống cải và trông chừng bầy gà của chị; nhất là con gà chọi của anh mua từ một người túng tiền bán lại. Từ đó con gà xa hẳn trường gà đấu đá sinh tử vô chừng. Có thể nói anh coi con gà nòi là bạn bè chí cốt của anh. Thế đấy. Thế mà cái gì tới là tới, đi là đi, không ai trên đời này biết trước được việc gì sẽ xẩy ra.

Mỗi buổi sáng trước khi đi làm tôi hay ra sau hè tập thể dục. Sáng nay đang dợt lại vài đường quyền, nhìn qua hàng rào tôi ngạc nhiên thấy anh đứng chết trân từ hồi nào, ánh mắt thất thần, tay ôm con gà nòi mềm oặt.

Nằm la liệt trắng cả mặt đất là bầy gà đang oằn oại giẫy chết.

Và tôi nhận thấy trong nỗi cô đơn của anh, phảng phất nỗi tủi phận của một người sa cơ thất thế, không phù hợp với nghề mô phạm vốn có của anh. Tội nghiệp. Mỗi sáng anh và thằng cháu vẫn lủi thủi ra đồng đều đặn. Vẫn dáng vẻ tận tụy, cần mẫn. Chiều về giúp chị cơm nước xong xẩm tối lại lo cho đàn gà và con gà nòi lên chuồng. Đôi lúc, tôi ái ngại cho hoàn cảnh của anh, như sáng nay thấy anh đứng chết trân, mắt nhìn trời nặng màu chì.

Hỏi ra mới biết trước khi ra đồng gieo lúa, tối hôm qua anh và chị Luyến pha thuốc rầy (mitox) trộn vào 3 thúng lúa để tránh chuột bọ phá hoại mùa màng. Mờ sáng hôm nay anh bưng lúa ra sân rồi trở vô ăn sáng trước khi ra đồng. Bầy gà trong chuồng vô tư đi tìm thức ăn mỗi sáng như thường lệ, thấy thúng lúa ngon lành chúng đua nhau mổ ăn bằng thích. Thế là...

Chị Luyến hiền hậu, đảm đang, xưa nay chưa từng gặp phải tình huống thê thảm này, mặt cứ tái mét ra. Tiếc của, chị nuốt nước mắt cùng thằng Út lặng lẽ hốt xác chúng vô bếp trụng nước sôi nhổ lông làm thịt. Anh khuyên cách mấy chị cũng không nghe. "Chưa ngấm thuốc vào đâu mà sợ. Tôi sát muối rửa sạch ruột gan, ăn có mà chết ai, chú đừng lo", giọng chị cay đắng.

Xế chiều đi cày thuê về, tắm rửa xong tôi chạy vội qua nhà chị Luyến coi sự thể ra sao thì thấy cả nhà dang cúng kiếng. Một cái bàn mộc phủ tấm nylon trong suốt, đặt giữa nhà. Trên bàn, cặp đèn cầy trắng cháy lung linh, một bát nhang huyền hoặc tỏa khói, hai đĩa cơm trắng, một bát canh rau đay, một dĩa rau muống luộc và một bát mắm tép. Bên cạnh đó, cái dĩa oval bằng xứ, men đã tróc, trên đĩa có con gà nòi trụi lông nằm lặng, đầu cổ bẻ dụi dưới cánh như trốn khỏi cuộc đời sắc sắc không không, vật khinh hình trọng này.

Trong cái yên ả bùi ngùi của buổi chiều tà, căn nhà như chìm trong cô tịch và hai chị em cùng sững sờ, nỗi đau mất mát tràn lên hai gương mặt già nua, héo hắt đến tội nghiệp. Nhưng vừa nhìn thấy tôi đứng dựa cột ở ngoài hiên, anh và cả chị Luyến vội ra ngoài mời tôi vào nhà sơi nước. Vừa kéo ghế chưa kịp ngồi xuống đột nhiên anh lên tiếng làm tôi chưng hửng: "Bạn hiền cho mình xin điếu thuốc".

Quen biết anh lâu nay tôi chẳng hề thấy anh hút thuốc, nhậu nhẹt, hay bù khú với ai bao giờ. Nhưng vì nể bạn tôi móc bao thuốc lá 555, chìa ra một điếu, mời anh. Anh cám ơn rồi trịnh trọng rút ra một điếu đặt hờ trên môi, chìa vào ngọn bạch lạp châm thuốc.. Rít khẽ một hơi, phà ra thoảng khói xong anh cắm phần đầu lọc Diếu thuốc vào bát nhang..Thấy tôi có vẻ ngạc nhiên, anh cười nói "để sưởi ấm linh hồn bạn tôi". Rồi anh ngâm nga:

Bạn bè có mỗi con gà
Sáng nay ăn phải lúa pha thuốc rầy
Thủng bìu nát ruột chết ngay
Hồn theo ngọn gió thổi bay lên trời
Hôm qua đá lộn trên đồi
Gà rừng mà cũng có hồi chạy re
Tiếng gáy giật cả rừng le
Át cả tiếng rít trong khe núi này
Vậy mà tử mị sáng nay
Bạn bè có mỗi mình mầy đấy thôi
Chết gà tôi lại đơn côi
Giận thôi trách đất than trời như ca
Nay tôi làm cỗ con gà
Nhắp chung rượu để gọi là nhớ nhau.

Bài lục bát chỉ có 14 câu nhưng cũng đủ để giọng anh lên bổng xuống trầm, lúc ngân nga lúc sang sảng như một người lên cơn đồng thiếp.

Tôi qua thăm gia đình chị Luyến những lúc cơ nhỡ như thế "thật là quí hoá", như anh nói, tôi đến đúng lúc như một người bạn tri âm để anh trút hết tâm tình bằng một bài điếu thi. Liền đó, anh như trở về với cung cách của một nhà mô phạm, nói thật hay:

Gà là một sinh vật gần gũi với con người. Có lẽ hàng ngày thấy nó quen mắt nên ít ai để ý đến. Mời tôi xơi nước, anh chậm rãi nói về năm đức tính của gà mà dốt như tôi chưa từng nghe qua:

Một: mào gà màu đỏ, lông gà rực rỡ tượng trưng về Văn. Hai: đi đứng oai vệ, đỉnh đạt tượng trưng cho Võ. Ba: thấy địch thủ là xông vào là Dũng. Bốn: tìm thấy thức ăn liền gọi đồng loại đến chia xẻ là Nhân. Năm: đúng giờ, đúng giấc, đúng canh liền cất tiếng gáy là Tín.

Sau lần đó tôi từ biệt họ về Sài Gòn phụ ông anh cô cậu dạy võ Karaté miệt Bà Quẹo. Vì bận huấn luyện cho hàng trăm tân võ sinh nên tôi không có thì giờ trở về thăm nhà. Nhưng thỉnh thoảng có chút rảnh rỗi tôi vẫn nghe văng vẳng bài điếu thi và giọng nói ôn hòa của anh về đặc tính của loài gà. Gần một năm thì bố tôi trên Ban Mê Thuột báo tin "Thầy giáo E hàng xóm của nhà mình mất vì ngộ độc".

Chi Lăng là quê hương thứ hai của anh, đã cưu mang anh những bước đầu anh đặt chân đến, mọi vui buồn sướng khổ của anh đều dồn về nó, dù neo đơn nhưng anh vẫn có chị có cháu. Anh sinh ra ở Hà Nội nhưng sống hết lòng và chết bất như ý ở đất Chi Lăng. Chi Lăng thuộc Ban Mê Thuột, nơi được mệnh danh Buồn Muôn Thuở. Từ ngày quen biết anh đến ngày từ biệt, tôi chẳng hề thấy anh vui bao giờ.

Trên đây là tâm tư của một người lính thuộc Liên Đoàn 21 Biệt Động Quân đóng tại Ban Mê Thuột, ký tên Tâm Ẩn nhờ tôi "hiệu đính" để đăng trên facebookcủa Ngoan Lão, như anh ta mong muốn.

Hôm qua, ngoài những thư từ tạp nhạp, còn có lá thư của người lính này, không biết ai gửi. Nhìn ngoài phong bì ghi ba chữ "Gửi anh T.", tôi đoán chừng tác giả ở bên nhà không muốn tiết lộ danh tánh thật và chỗ ở nên nhờ người bạn nào đó - quen biết tôi - về thăm nhà, khi trở lại Canada nhờ anh ấy trao lại cho tôi. Tôi cũng nghĩ rằng xã Chi Lăng e chỉ là một địa danh giả tạm.

Đọc xong tôi để nguyên văn câu chuyện đưa vô facebook Ngoan Lao. Tôi không có "hiệu đính" gì hết, vì tôi nhận thấy sự trung thực bao giờ cũng đáng trân trọng. Tuy nhiên, nếu có chỗ nào cần sửa lại bố cục và văn phong thì nhờ bạn đọc ra tay giùm.

Kính thư,

Ký tên.

NGƯỜI THỢ SĂN VÔ DANH CỦA VUA BẢO ĐẠI

Banmêthuột không phải chỉ để sống hay để nhớ. Banmêthuột với nắng gắt, mưa lầy, ngửi thấy mùi vị của đất, của cỏ cây và núi rừng. Banmêthuột của những cơn bụi đỏ và huyền thoại, của chiến tranh và hiện đại. Nhìn chung, Banmêthuột là nơi khi người ta đi xa, dù ít nhiều kỷ niệm cũng ray rứt nhớ về. Riêng tôi khi nhớ núi rừng thỉnh thoảng tôi lại nhớ tới những người thợ săn của vị vua cuối cùng của 13 triều nhà Nguyễn: vua Bảo Đại.

Từ trước thế kỷ 19, thị trấn Banmêthuột trên cao nguyên Daklak thuộc lãnh thổ Việt Nam. Nhưng mãi đến năm 1923, Banmêthuột mới được thành lập dưới quyền bảo hộ của thực dân Pháp. Thời đó Ban Mê Thuột là chốn ma thiêng nước độc nên dân cư còn thưa thớt, đa số là đồng bào Thượng sống trong các buôn làng xa xăm.

Khoảng giữa thập niên 1950, ở cây số 5 ngay ngã ba quốc lộ 14 đi Pleiku và quốc lộ 21 đi Ninh Hòa vẫn còn rừng, chưa có bến xe đò. Ban ngày hươu nai chạy ngờ ngờ; nhất là công rừng đậu từng bầy trên cây.

Mùa hè là mùa săn bắn. Thợ săn ở Banmêthuột không nhiều cũng không ít. Nhưng nhà nghề vẫn là ông Ba Lô, là tay thiện xạ khét tiếng.

Đi săn, thợ săn thường dùng súng mousqueton, một loại súng trường ngắn như carbine. Xe thời đó, ngoài xe Land Drover, còn có xe Dodge Quatre của người Pháp tiện cho việc chuyên chở những vật nặng, cồng kềnh. Hồi nhỏ, con nít tụi tôi thường gọi chiếc Dodge Quatre là "xe cách cách" (quatre-quatre), một loại xe tải nhẹ 4 bánh, giàn sắc-si (châssis) thấp, thùng xe hơi vuông vức, có mui phủ bằng tấm bạt nhà binh.

Rừng Banmêthuột có những khu vực săn bắn lý tưởng như buôn Dur, buôn Đông (Bandon), Draysap, Dak Mil nằm sâu trong những cánh rừng rậm rạp ở phía Tây Nam quốc lộ 14 đi Bù Đăng, Bù Đốp. Cũng trên quốc lộ 14 ngược về hướng Bắc Pleiku, khu vực Bra thuộc Buôn Hô cũng có nhiều dã thú. Rừng Lạc Thiện phía quốc lộ 21 kép đi Lak, ngoài thú dữ, còn có rừng mai vào những ngày Tết nở vàng cả núi rừng.

Đó là giang sơn của những động vật hoang dã. Từ chim chóc, hươu, nai, chồn, cáo, khỉ, vượn, nhím, kỳ đà cho tới mãng xà, gấu, voi rừng, trâu rừng, lợn lòi, tê giác, cọp, beo...

Ngoài ra, Dốc Láng, ở phía Đông Bắc quận Khánh Dương cũng có nhiều thú và... ma. Nhiều thợ săn kể lại mỗi lần xe vừa quẹo cua đổ xuống Dốc Láng họ đều thấy lờ mờ một cô gái mặc áo voan trắng bết đất, tóc dài chấm gót đứng bên lề đường đón xe. Dĩ nhiên khi xe tới gần thì cô gái ma biến mất.

Động vật thường hoạt động vào ban đêm nên hàng tuần, trời vừa chạng vạng tối là nhóm thợ săn với hai, ba xe Dodge lên đường đi săn suốt đêm tới tờ mờ sáng mới về. Có khi họ săn ba bốn ngày mới về. Không bao giờ họ bắn nai con hoặc nai đang lớn. Chiến lợi phẩm là những con hươu khổng lồ hoặc nai chà cao 1.20m tới 1.60m, nặng chừng 150kg đến 200kg. Ve hút máu trong kẽ chân nai, con nào con nấy to bằng đầu ngón tay cái, lớp da chai nhầy, trắng ởn.

Mỗi lần đi săn về, ông Ba Lô, trưởng đoàn chia đều phần thịt cho bạn đồng hành nhưng ông ưu tiên lấy sừng. Nếu hạ nhầm nai có chửa thì mổ bụng tại chỗ lấy thai nai con về ngâm rượu hàm nàm. Ai đã từng ghé qua nhà ông Ba trên đường Tôn Thất Thuyết sẽ ngợp vì thấy trong phòng khách nhà ông treo toàn gạc nai đủ loại, đủ cỡ như hươu, nai chà, sơn dương. Đây là bộ sưu tập nghệ thuật về bộ sừng vĩ đại, hiếm có của người thợ săn nổi tiếng nhất vùng, đặc biệt là sừng trâu rừng, tức con Min. Đây là một loại mãnh thú to lớn, dềnh dàng, đen xì, vô cùng dũng mãnh. Con Min nặng cả tấn, cặp sừng, bề ngang dài cả sải tay, rắn chắc, bóng lưỡng, nhọn hoắc, là thứ vũ khí cực kỳ nguy hiểm. Gặp cọp, con Min chỉ khịt một tiếng là cọp cong đuôi chạy mất đất.

Nhớ có lần ông Ba Lô săn được một con cọp ngoại khổ, đuôi dài cả thước, nanh, vuốt dài ngoằn, nhọn hoắc. Con nít tụi tôi nghịch ngợm nhổ râu cọp chơi bị bà nội rầy. Thì ra người Thượng dùng râu cọp trộn với một loại lá rừng đựng trong hũ lâu ngày biến thành một loài sâu rọm lông lá xanh lè. Họ lấy sâu giã nhuyễn dùng làm thuốc độc tẩm trên đầu mũi tên để săn thú rừng.

Vị vua cuối cùng của triều nhà Nguyễn là vua Bảo Đại nổi tiếng là ông vua tân thời, phóng khoáng và phong độ. Được biết nhà vua rất hâm mộ các môn thể thao quí phái, thời thượng như bơi thuyền, cưỡi ngựa, đánh goft, chơi tennis. Nhưng có thể nói săn bắn là môn "thể thao đường rừng" ông ưa chuộng nhất. Mỗi lần đi kinh lý trên Banmêthuột, vua thường tổ chức đi săn. Nhớ lại tháng 5/1950, nhân dịp Bảo Đại lên Daklak thăm viếng đồng bào Thượng Êđê, vua sai cận thần triệu ông Ba Lô đi săn cọp với vua. Thời trước, ông Ama Kông, vua săn voi cũng từng đi săn với Bảo Đại. Đi săn với vua chúa là niềm vinh dự hiếm có.

Ông Ba Lô kể lại: "Đi săn, vua Bảo Đại chỉ thích săn cọp, beo để lấy da bọc bộ salon. Ngoài salon, còn có một bộ da cọp nguyên vẹn được thuộc rất khéo léo và công phu đem trải trên sàn phòng khách biệt điện (bungalow) của Bảo Đại".

Về kinh nghiệm săn bắn, ông Ba nói:"Săn ban đêm rọi đèn gặp cặp mắt đỏ chạch thì biết đó là nai; còn đụng phải cặp mắt sáng quắc, xanh biếc, một thứ màu lạnh buốt, rợn óc, lia qua lia lại thì phải hết sức thận trọng. vì đó là mắt cọp".

Ngoài ông Ba Lô, còn có các thợ săn khác như ông Lucien Rostan, tonton Sang, cậu Minh, chú Mười Kèn, chú Năm Bé, chú Đinh, chú Hiếu, chú Hích, chú Sĩ...

Nghề săn bắn cũng có nhiều thứ cấm kỵ và lắm sự rủi ro. Có người trong nhóm chú Năm Bé đi săn bị sụp lỗ chân trâu, súng cướp cò, đạn xuyên qua cổ lên đầu chết. Đoàn thợ săn của cậu Minh đi săn voi, năm người đi chung một chiếc xe cán phải mìn, không ai toàn mạng.

Dam Rông ở phía Đông quận Lạc Thiện rừng rậm um tùm có nhiều vách núi cheo leo. Trời vừa sụp tối, nhóm của cậu Minh vừa đổ bộ vào cánh rừng đã đụng phải con voi một ngà, hiếm khi gặp được. Không có gì hồi hộp hơn một cuộc săn bắn mạo hiểm. Thấy con voi quá lớn, nặng gần chục tấn, ngà dài cả thước, mọi người đều nín thở.. Cậu Minh bình tĩnh nâng súng nhắm ngay giữa trán, voi rừng dù mạnh cách mấy chỉ cần một phát đạn cũng gục ngay tại chỗ. Ngà đem về chưng trong phòng khách nhà ông Lucien Rostan. Riêng ống chân voi lớn đến nỗi người lớn có thể ngồi lọt thỏm trong đó..

Thợ săn đại kỵ giết voi một ngà. Kinh nghiệm cho biết sớm muộn gì họ cũng gặp phải thảm cảnh. Đoàn thợ săn của cậu Minh cán phải mìn là một điển hình.

Dù sao, những người thợ săn khét tiếng một thời ở Ban Mê Thuột từ thập niên 1940 đến 1975, có thể nói họ như một loại huyền thoại, một biểu tượng sống động của thị trấn miền cao. Nhưng nhìn lại, họ vẫn là những thợ săn vô danh, mãi mãi vô danh, dù có người đã từng đi săn với vua Bảo Đại. Thật ra, trong sử sách, không ai biết mà cũng không cần thiết nhắc đến tên tuổi của họ, trừ vua săn voi Ama Kông, dân tộc M'Nông, một thợ săn ngoại hạng của núi rừng đại ngàn vào thế kỷ trước.

Vậy đó. Săn bắn tài tình như vậy. Thiện xạ như vậy. Nức tiếng như vậy.Vậy mà một sớm một chiều ông Ba Lô bất ngờ buông súng để bước vào cửa Phật. Ông quy y tam bảo, trở thành một vị cư sĩ ăn chay, niệm Phật, tụng kinh rất thuần thành. Người ta nói tiếng chuông mõ là tiếng nói của đức Phật, đánh thức hạnh từ bi vốn có trong mỗi con người. Có lẽ hàng đêm nhờ tiếng tụng kinh đều đặn của người mẹ già, lâu dần như một phép lạ thấm vào lòng người thợ săn ác liệt này.

Nhìn ông ngồi thẳng lưng trong chiếc áo tràng lam trước bàn thờ Phật thành kính gõ mõ tụng kinh, không ai ngờ trong quá khứ ông Ba Lô từng là một tay thợ săn thiện nghệ.

Ông Ba Lô còn có một năng khiếu đặc biệt nữa mà ít người biết. Ông là một nghệ sĩ kỳ tài, kéo vĩ cầm mùi tận mạng. Mỗi độ trăng tròn, ông thường đem vĩ cầm ra kéo những bản vọng cổ mùi rệu.

Dưới ánh trăng rằm, hình bóng và cây vĩ cầm của ông nổi bật như một bức tranh sống động. Cái đẹp của bức tranh trong thời khắc đó nổi lên âm thanh của điệu Nam Xuân, Nam Ai mùi mẫn, tài tình. Mấy ngón tay ông thuần thục như múa lướt trên bốn dây đàn. Không gian như say như đắm trong tiếng nhạc Ánh trăng vằng vặc trên vòm trời nạm ngọc như chìm trong yên tĩnh. Những đêm trăng lắng nghe tiếng đàn mùi rệu vang lên trong làng xóm tôi có cảm tưởng rằng âm nhạc có khả năng lấn át cả tiếng súng săn năm nào.

Tôi có thử đàn vài lần nhưng lần nào cũng kéo ra những tiếng ò è ọt ẹt như nghẹt mũi, như ai bóp cổ, chẳng ra hồn. Vĩ cầm không có phím như dương cầm hay tây ban cầm nên người đàn phải nhớ chính xác vị trí các nốt trên cần đàn. Vĩ cầm là loại nhạc cụ vừa bình dân vừa quí phái, tuy nhỏ nhắn, gọn nhẹ nhưng âm thanh thì cao vút từng mây. Tôi rất ngưỡng mộ người chế ra loại nhạc cụ này cũng như rất phục tài chơi đàn của ông Ba Lô. Cuộc đời khá ngắn ngủi nhưng kỳ lạ của ông như được kết hợp bởi bốn loại hình: quân nhân, thợ săn, nghệ sĩ và nhà tu.

Nhưng rồi cái gì cũng chỉ một thời, rằng thế gian này mọi vật đều vô thường. Những tiếng súng ác liệt của những người thợ săn năm xưa cũng đã chìm trong tịch lặng khi tất cả đã đi vào thiên cổ. Ông Ba Lô cũng vậy. Ông mất năm 1983 tại Banmêthuột.

Ông Ba Lô là ba của tôi.

MỘT THỜI TƯỞNG NIỆM ĐEN

Năm 1979 là năm tệ hệ nhất của đời tôi ở cái đất Sài thành. Ban ngày tôi ra chợ sách bán sách và thuốc lá ké một góc sạp sách của người bạn cùng đơn vị trước 75 để kiếm sống qua ngày. Sách lèo tèo vài ba cuốn. Thuốc lá thì vài bao. Vốn liếng đều do cô bạn nhỏ cùng quê tốt bụng giúp đỡ. Nhiều bữa không bán buôn được gì tôi chạy ra đầu đường uống nước máy trừ cơm. Ban đêm rúc vào một góc nào đó ngủ bụi. Vậy mà cũng lây lất ngày này qua tháng nọ như một phép lạ.

Một hôm, anh bạn trẻ Đỗ Thất Kinh từ trên Bản Thuột về Sài Gòn tìm kế sinh nhai, may mắn tìm được một chân giao bơ đậu phọng cho khách hàng. Đang đói, tôi bám theo liền. Chật vật vậy mà hai anh em cũng sống qua ngày. Có điều ban đêm tôi phải tìm chỗ ngủ vì bạn tôi cũng ở lậu; rầy đây mai đó nhưng khá hơn tôi là bạn ngủ dưới một mái nhà.

Lang bạt kỳ hồ như vậy mà cái máu văn nghệ văn gừng vẫn không ngừng chảy trong tâm hồn đang khô héo của chúng tôi. Rốt cuộc, qua ngón nghề kẻ nhạc tài tình của họ Đỗ, chúng tôi hình thành được một tập nhạc gần trăm ca khúc mang tên Lưu Đày & Cứu Rỗi, đúng với thân phận nổi trôi của họ Đỗ và họ Phan tôi. Đáng tiếc bây giờ thất bản không biết nó trôi giạt nơi đâu.

Được một thời gian ngắn, sự nghiệp bơ đậu phọng của chủ nhân lỗ vốn, bạn tôi cũng sụp đổ theo. Nhưng, như đã nói, anh bạn trẻ này có thần may mắn theo phò. Đúng lúc đó, anh Phạm Văn Hạng, điêu khắc gia nổi tiếng ở làng báo chi Thủ Đức tìm tới giao cho bạn tôi một công việc có chút dính líu tới nghệ thuật: kẻ mộ bia liệt sĩ ở tuốt trên Đồng Xoài. Một lần nữa tôi lại bám theo.

Nói về Đồng Xoài thì tôi có chút kỷ niệm khó quên. Ngay những ngày tôi còn thơ ấu, thỉnh thoảng Ba Má hay chở anh em tụi tôi về Sài Gòn đổi gió vào dịp nghỉ hè, tiện thể thăm bà con bên nội. Hồi đó quốc lộ14, đường Banmêthuột - Sài Gòn còn yên ổn xe cộ đi lại ngày đêm. Khi tới Bù Đăng, Ba thường ghé vào quán cơm bên đường ăn trưa; lần nào tôi cũng có một dĩa cơm gà và ly đá trà lạt nhách. Có lần xe vừa tới Đồng Xoài thì trời tối phải ghé nhà chú Năm Bé, em kế của Ba, ngủ qua đêm. Tờ mờ sáng hôm sau tiếng chuông công phu ở một ngôi chùa nào gần đó ngân nga đánh thức cả nhà dậy. Tiếng chuông sớm nghe như từng đợt sóng hải triều âm lan đi lồng lộng giữa không gian tịch mịch của một thị xã nghèo sơ, còn ngái ngủ. Thuở đó, tôi chỉ biết thị xã Đồng Xoài có bấy nhiêu. Rồi lớn lên tôi vào lính ra mặt trận đánh nhau túi bụi với phc địch trên cao nguyên được 5 năm thì mất nước, tôi buông súng đi tù.

Sau hai năm tù Cộng sản tôi "chê" nhà tù vô nhân đạo nên quyết định vượt ngục và may mắn trốn thoát về Sài Gòn sống như phường trôi sông lạc chợ. Ban ngày tôi đi lang thang, uống nước máy công viên dằn bụng trừ bữa, tối mò tới nhà bạn bè ăn vội tô mì quốc doanh rồi tìm chỗ ngủ bụi bất cứ nơi nào tôi cảm thấy an toàn.

Nhớ ngày đầu tiên xe đò thả toán thợ năm người chúng tôi xuống tại ngã ba huyện Đồng Phú thì trời trưa trật, nắng đổ lửa. Đường vô Mộ Đất, nơi chúng tôi tới nhận việc không có lộ xe nên mọi người đều cuốc bộ khoảng 10 cây số đường chim bay. Càng đi về hướng rừng nhà dân hai bên đường càng thưa thớt, rừng càng bạt ngàn hơn, âm u, hẻo lánh hơn. Ngọn gió hiếm hoi giữa trưa nồng nã thỉnh thoảng nổi lên như một tiếng thở dài. Đường xa hực nắng, ai nấy đều lặng lẽ bước đi. Đi mãi.

Rồi đột nhiên tôi giựt mình khựng lại, như không còn tin vào mắt mình. Nằm ở cuối lối mòn nhỏ hẹp, cạnh vài cây cổ thụ xum xuê và cây dầu héo khô, mục nát là hàng trăm, có thể là hàng ngàn nấm mồ đất. Mênh mông, trùng điệp, gồ ghề, sạt lở, khô cằn, trơ trụi, nghiệt ngã, uất nghẹn. Mồ mả bạt ngàn, lô nhô hút tầm mắt. Đất đá, cỏ khô đen xạm. Tuyệt nhiên không còn gì khác ngoài mồ mả phơi mình giữa trời và đất.

"Nghĩa trang liệt sĩ Cách mạng" tại Đồng Xoài đấy".

Thì ra lâu rồi, thanh niên miền Bắc đã bị chủ nghĩa Cộng sản nhồi sọ, bị đẩy vào miền Nam chiến đấu và đã bỏ xác tại đây; ngót 14 năm trời họ vẫn nằm đó im lìm giữa một vùng mộ địa tù hãm, âm u. Đứng trước một quang cảnh thê lương, ảm đạm và tàn tạ như thế, dù tôi đã cố gắng nghĩ khác đi với sự xúc động và lòng thương xót những oan hồn đang vất vưởng dưới cõi âm kia, nhưng không hiểu sao tôi lại nhìn thấy địa ngục đang run rẩy bên dưới những gò đất đen sạm gồ lên nứt nẻ trông giống như những vết thương bầm dập, sưng tấy. Có thể vì lẽ đó mà dân chúng địa phương gọi địa danh này là Mộ Đất chăng.

Ban ngày ba người thợ kia đi làm rừng đốn cây, xẻ gỗ; còn hai anh em tôi lo việc kẻ tên họ các liệt sĩ trên bia mộ. Đứng trước giàn mộ bia đúc bằng xi-măng cao quá đầu người, dựng san sát, trải dài ngút mắt mới thấy ngao ngán làm sao.

Chiếu theo danh sách tên tuổi liệt sĩ đánh máy trên xấp giấy pơ-luya, hai anh em tôi lặng lẽ bắt tay vào việc. Nhớ lại hồi đó lăn lộn giữa đám mồ hoang mả lạnh, bốn bề quạnh quẻ không một bóng người mà chẳng đứa nào biết sợ ma là gì. Hàng ngày cặm cụi làm việc, tối về ngủ trong căn nhà sàn của người Thượng nằm sâu trong một cánh rừng. Người Thượng ở đây gồm có các sắc tộc Jro, Stiêng, Mạ..., đa số sinh sống ở những vùng đồi núi thấp, nằm về phía Đông

Nam thị xã Đồng Xoài. Người miền núi ở đâu cũng mộc mạc, giản dị, thuần lương, vui vẻ và tốt bụng.

Một buổi chiều đi làm về, toán thợ chúng tôi được một người đàn ông Jro ghé ngang vui vẻ tặng cho một miếng thịt heo rừng. Nguyên phần đùi nặng ký còn tươi rói, máu đỏ lựng, bự chảng. Lâu ngày không có dịp đụng tới thịt rừng nên ai nấy đều thèm thuồng, nao nức, xăng xái nhúm củi nướng thịt, mùi thơm bay cả một góc rừng.

Sống bụi ở đây dĩ nhiên chúng tôi giấu nhẹm thân thế của mình. Đêm đêm ngả lưng xuống sàn tre, tôi thường nhớ tới mặt trận Đồng Xoài.Tôi không biết chắc liệu những trận đánh khốc liệt của 15 năm trước đã từng xảy ra ngay tại cụm rừng này, dưới chân tôi đứng hay không, nhưng ban ngày vô rừng tôi hay lớ ngớ tìm kiếm những vết tích của trận đánh, và dĩ nhiên tôi chẳng tìm được gì ở phía quốc gia ngoài những nấm mồ trùng trùng u uất của những người lính bên kia. Thời gian không để lại dấu vết. Thời gian xóa nhòa tất cả. Chỉ còn lại mặt đất và cụm rừng âm u chìm sâu trong tịch lặng.

Trước 1975, Đồng Xoài thuộc quận Đôn Luân, là một cứ điểm quan trọng của tỉnh Phước Long, nằm ở phía Bắc chiến khu D. Nói đến Đồng Xoài ta thường nhớ đến trận đánh Đồng Xoài năm 1965. Trong cuộc chiến tranh Việt Nam, đây là một trận đánh lớn do Việt

Cộng (Mặt Trận Giải Phóng Miền Nam) tấn công vào thành phần chính qui của QLVNCH. Trận Đồng Xoài là một thất bại nặng nê cho phía quân đội VNCH (gần 1 Tiểu Đoàn chống cự 2 Trung Đoàn chính qui Bắc Việt). Mặc dù địch quân bỏ xác tại chiến trường nhiều hơn, nhưng số thương vong của dân và quân miền Nam cũng không ít.

Bây giờ ngồi đây, tôi càng xa quê hương bao nhiêu thì trận đánh Đồng Xoài càng trở nên mơ hồ như một truyền thuyết. Nhưng câu chuyện của tôi hôm nay không phải là câu chuyện nhớ về trận đánh năm xưa ở Đồng Xoài với biết bao xương máu và nước mắt của những người đã hy sinh, mãi mãi vùi thây nơi tử địa, mà rưng rưng nhớ lại cái thời sống bụi của tôi và người bạn trẻ họ Đỗ ở Đồng Xoài sau ngày mất nước. Tính từ năm 1965 đến nay cũng ngót 51 năm rồi còn gì.

Giữa cuộc sống xô bồ, hỗn độn, trần ai, những vết tích ngày xưa hoàn toàn chìm khuất trong thăm thẳm thời gian. Ngày nay chỉ còn lại tiếng hát. Tiếng hát của mặt đất và rừng cây trong mưa nắng Đồng Xoài.

Đỗ Thất Kinh tên thật là Đỗ Kinh Châu, quê ở Nam Định, Bắc Việt. Di cư vào Nam 1954, cùng gia đình sinh sống trên cao nguyên Ban Mê Thuột cho đến ngày nay. Đỗ Thất Kinh là một người đa tài: viết nhạc rất hay, soạn hòa âm rất tới, vẽ vời không thua ai, móc trémolo classical guitar hay hết chỗ nói.

Ngoài 5 tác phẩm thơ và nhạc đã tự xuất bản, còn có khoảng 100 ca khúc về Tình Yêu và Phận Người.

MỘT THỜI U ÁM

Chỉ cần đọc cái tựa tập truyện Một Thời U Ám với mẫu chữ hoa vàng xỉn in trên nền bìa đen của nhà văn Đỗ Xuân Tê người ta cũng có thể đoán được nội dung toàn tập là những truyện u ám một thời của tác giả. Thật vậy, đọc những bài viết từ chuyện trong tù cho tới ngoài tù chuyện nào cũng phết lên một lớp màu u ám, nhưng cũng may không hắc ám. U ám được hiểu ở thế thụ động, cam chịu, hạ phong ngược với hắc ám luôn thể hiện bằng bạo lực.

Đọc những bài viết của Đỗ Xuân Tê, ta có thể nói mỗi một truyện được tác giả nối kết liền mạch như một thể truyện dài. Bút pháp sâu sa mà giản dị, mộc mạc mà rướm máu, gợi cho người đọc một cảm giác ray rứt, một nỗi buồn khôn nguôi.

Nhìn chung, văn phong của Đỗ Xuân Tê có vẻ thích ứng với nỗi buồn. Cách hành văn và thế giới hình tượng về con người, tù ngục trong hai mươi mối câu chuyện đã nói lên điều này. Cái hay của nhà văn là không dùng chữ nghĩa để làm dáng nghệ thuật, chính sự cảm hứng sáng tạo đã trải niềm đam mê vô lượng của anh trên trang giấy để hình thành *Một Thời U Ám* khó quên.

Sau 30 năm chiến tranh tương tàn, chưa bao giờ đất mẹ từ Nam ra Bắc lại mọc lên nhiều trại tù như thế. Vào truyện, hình ảnh đầu tiên là một trại tù trên đất Bắc xa xăm. Sâu trong rừng trong rú, trên non cao núi cả, những lán trại bằng cột kèo, cỏ tranh, phên lá vội vã dựng lên.

Anh khéo léo tả cảnh: *"Trại tù nằm sâu trong thung lũng hẹp, dựa theo sườn đông của rặng Hoàng Liên Sơn"*, rồi mỉa mai: *"Địa hình vùng này quả là nơi lý tưởng để giam tù cải tạo. Bốn bề là đồi núi, cây trái không thứ nào ăn được, ăn lầm là hết thở"*.

Cũng ở chốn thâm sơn cùng cốc này anh có nhắc đến loài chim "bắt cô trói cột" làm tôi nhớ hồi tôi đi tù "cải tạo" cuối tháng 3 năm 1975 trên cao nguyên lạnh giá. Ngoài tiếng chim "bắt cô trói cột" tôi còn nghe tiếng chim "bắt bà xã ...ụ tà tà" chen với tiếng chim "ông lão đầu bạc" đua nhau kêu khàn cả núi rừng mỗi khi chiều xuống. Rừng núi thuở ấy, với tôi - tiếng chim ồn ào một cách dễ thương. Không như họ Đỗ nghe chim kêu lại có cảm giác như tiếng kêu của một *vong hồn oan nghiệt, nghe riết phát khùng*. Ngày nay núi vẫn còn đó, nhưng rừng đã mất và tiếng chim cũng không còn.

Lúc mất nước và sau nhiều năm đi tù Cộng sản sống sót trở về, không ít người viết về tù cải tạo. Có người cho rằng không bị đày ra Bắc thì may mắn hơn, đỡ khổ hơn, nhưng rốt cuộc ngục tù Cộng sản ở phương nào cũng đầy nguy nan, đói rét, bệnh tật, chết chóc. Ở đó, không xa những mái tranh tù, nhấp nhô những ngôi mộ tù. Ở đó không hề có khúc hát màu xanh, không mọc nổi một nụ cười dù gượng. Nhìn chung chuyện đời tù dĩ nhiên không vui, lúc nào cũng u uất, nghẹn ngào, cứ bàng bạc một nỗi đau. Ngục tù là địa ngục do chính tay những người tù bại trận bị bắt dựng lên ở chốn non cao rừng thẳm. Núi non thì cao ngất, rừng thì trùng điệp, hiểm nguy.

Một Thời U Ám có nhiều buổi sáng lầm lũi và co quắp. Mỗi buổi sáng tinh sương, những người tù lặng lẽ lên non lao động khai quang trồng trọt để có cái ăn qua ngày. Họ phải tự lực cánh sinh, phải lách mình qua cơn sinh tử trước họng súng bạo lực và trò chơi chính trị của kẻ thù. Ở trong tù, nuốt vội hột bo bo hay nhấm nháp miếng khoai, miếng sắn; nỗi niềm của những người tù đã âm thầm chôn sâu trong từng miếng ăn.

Nhà văn Đỗ Xuân Tê lưu tâm ghi nhận *Một Thời U Ám* là thời kỳ mà chính tác giả và những nhân vật tả chân trong đó, sau chiến tranh, đã bị áp đặt cuộc đời mình giữa ngục tù ảm đạm cũng như trước cảnh đời thê lương. Những ngày tháng sinh tử trong cái gọi là tù cải tạo.là thời kỳ mà tác giả mô tả những bóng dáng lủi thủi của kẻ thua cuộc, đồng thời truy niệm thịt xương của đồng đội đã nằm sâu dưới ba tấc đất. Nhìn thân phận tù và những ngôi mộ tù mới thấy sự sống và cái chết mong manh như thế nào.

Trong lao tù Cộng sản, giữa tử và sinh cách nhau chỉ một sợi tóc là một bài học hàng ngày, gần gũi và thương tâm. Không còn cơ hội cống hiến danh dự và trách nhiệm cho tổ quốc, tinh thần những người bại trận đi tù đã mãi mãi điêu tàn.

Hãy lướt qua một vài mẩu chuyện để thấy *Một Cỗ Xe Trâu* gợi lên cái buồn ngơ ngác trước con trâu già biết khóc và tiếng khóc to của người tù già vội vàng lấp mộ cho người bạn tù xấu số bằng những xẻng đất vô tri, Vài cây hương dở được cắm xuống, như tác giả viết, người đọc có cảm tưởng như thắp hương cho cả một đất nước điêu tàn.

Truyện *Bà Cô Tôi* đầy nhân bản nhưng buồn thê thiết. Cảnh gặp gỡ giữa cô cháu sau ba mươi năm cách biệt diễn ra trong hoàn cảnh éo le ở một trại tù cải tạo trên đất Bắc thật xúc động. Bà cô của họ Đỗ là mẹ liệt sĩ, có con sinh Bắc tử Nam, cháu cô (tức tác giả) thì đi Nam tù Bắc, rể cô mang thương tật trở về làng cũ, một hoạt cảnh khắc sâu cái nghịch lý của cuộc chiến đối đầu Nam-Bắc, mà hệ lụy của nó còn trải dài đến nhiều thế hệ mai sau. Gặp lại người cháu thân yêu lần đó, ít tháng sau bà qua đời. Một câu chuyện buồn. đầy nước mắt của một kiếp người.

Còn nhiều câu chuyện chết chóc tác giả rỉ rả kể ra khiến người đọc buồn tê tái. Nhưng nói đến thân phận tù cải tạo mà không nhắc đến những người vợ đầu gối tay ấp là một thiếu xót. Nhà văn viết về những người vợ lặn lội ra Bắc thăm nuôi chồng sao quá lớn lao tưởng chừng không bao giờ có được. Sáng tác của Đỗ Xuân Tê gợi dậy ở người đọc nỗi nhức nhối khôn nguôi, xót xa những thân phận lưu đày, thương cho lòng thủy chung của những người tòng phu và oán hận thay cho sự bạo tàn của một chế độ.

Thời gian quá khắc nghiệt. Cuối cùng, sau mười hai năm tù cải tạo sống sót trở về, cầm mảnh giấy tha, hít thở không khí tự do ngoài cổng trại dù đứt quãng và mệt nhọc; lòng tuy mừng nhưng dưới đáy sâu tâm hồn của tác giả đã lộ ra một vết thương lở lói suốt đời không ngậm miệng. Một chút hoài niệm lẫn ngậm ngùi như ứa ra từ các trang sách, dù chắc lọc ngôn từ hay bình dị câu cú, tập truyện vẫn phải dành hết cho thân phận con người một nỗi đau sau cơn bão thời thế.

Đọc hết tập truyện Một Thời U Ám khởi từ Vùng Đất Chim Độc Thoại tới cuối truyện Người Đàn Bà Phố Hàng Khay, người đọc đều cảm nhận được sự bi ai của một cuộc làm người. Qua những trang viết, ta ít khi tìm thấy niềm vui nào trọn vẹn. Là vì những nhân vật trong truyện cũng như chính tác giả đã lâm vào nỗi éo le, nhức nhối, xót xa, bạc phước như một số kiếp mà con người phải gánh chịu.

BÁNH TÉT NÚI

Trong màn đêm lành lạnh ướt sương của miền sơn cước, tuổi thơ tôi trùm mền nằm co ro trên nền đất bên cạnh nồi bánh tét đang sôi lục ục. Không có gì thích thú cho bằng nấu bánh tét ở ngoài trời từ lúc chạng vạng tối cho đến rạng sáng ngày hôm sau.

Những ngày cuối năm trên cao nguyên đêm xuống rất nhanh. Đêm càng sâu không gian càng tịch mịch, gió hiu hiu càng thêm gai lạnh. Trong ánh lửa bập bùng từ nồi bánh tét sau hè và sự yên tĩnh của trời đất làm cho tâm hồn trong veo của tôi có cảm tưởng như con phố đang gối đầu lên thế giới bình an vô sự.

Năm nào cũng vậy, những ngày cuối năm sắp Tết, nội và má tôi vẫn thường gói bánh tét cúng Phật đầu năm, cầu cho thế giới hòa bình, cho muôn loài yên ổn, cho gia đạo bằng an, cho con cái nên người...

Ngoài bánh tét, đôi tay khéo léo của hai bà còn ra công ngào mứt dừa, mứt bí, mứt khoai, mứt me nguyên trái, mứt gừng nguyên củ... để tăng thêm vẻ đẹp văn hóa và làm giàu thêm ẩm thực dân gian cạnh mâm ngũ quả trong ba ngày Tết cổ truyền. Nhớ hồi nhỏ tôi rất thích ăn bánh tét nội chiên với dưa món củ kiệu má làm. Ăn ngon miệng nên tôi nhõng nhẽo đòi hoài.

Rồi năm tháng trôi đi như nước chảy qua cầu. Sáu mươi năm sau, ở cái tuổi cổ lai hi, trời xui đất khiến tôi lại dính vào cái công việc bếp núc lọ lem, lui cui giúp nội tướng tôi nấu bánh tét y hệt như cái thuở ấu thời. Chỉ khác một điều là ngày xưa nấu bánh bằng một tâm hồn trong veo, nay thì đầu óc có quá nhiều tạp niệm nên mỗi lần đụng phải vấn đề gì đơn giản hay phức tạp tôi đều băn khoăn, như đụng phải bánh tét chẳng hạn, tôi cứ nhởn nhơ trước một câu hỏi riết rồi kẹt luôn giữa hai động từ "tét" và "cắt".

Làm sao để "tét"hay "cắt" một đòn bánh tét?

Dùng dao thì chỉ "cắt" ngang đòn bánh thành từng khoanh chớ không thể "tét" theo chiều dọc từ trên xuống.

Còn dùng dây lạc cột bánh hoặc sợi chỉ quấn quanh đòn bánh để cắt hay tét thành từng lát nên gọi là "bánh tét"

Có điều dù "tét" hay "cắt" thì cái tên "bánh tét" cũng đã thành tên từ cái thời xửa thời xưa. Cái tên dân dã như bánh ít, bánh ú nghe sao mà hiền lành, mộc mạc, dễ thương. Nó gần gũi, thân quen như cái tên thằng cu, thằng tí, thằng tèo.

Tuổi thơ tôi lớn lên theo đòn bánh tét đơn sơ, nẫu nẹt, quê mùa.

Tôi cuộn tuổi thơ tôi trên đòn bánh tét
Để nghe nó reo ngoài ngõ xuân về
Nó gánh xuân đi cong đòn kẽo kẹt
Lặc lè lặc lẹo làm trẹo cả hồn quê.

ĐÊM GIÁNG SINH Ở NÚI

Ngót 50 năm qua, mỗi năm cứ đến dịp Giáng Sinh, tôi lại nhớ tới miếng bánh buýt. Bánh buýt Tây gọi là Bûche de Noël, là món tráng miệng truyền thống của Châu Âu. Bánh buýt thường làm vào mỗi dịp Giáng Sinh có hình dáng một khúc gỗ thông có lớp vỏ nâu sần sùi. Để hấp dẫn hơn người ta trang trí trên mặt bánh các nhánh thông, lá ôrô, tượng ông già Noel, tuần lộc... Công thức chẳng có gì lạ, gồm bột mì, kem, vani, muối, đường, sữa, trứng, sô-cô-la.

Mặc dù hồi nhỏ tôi theo học chương trình Pháp, nhưng thú thiệt là phải đến năm 16 tuổi anh nhà quê miền Thượng tôi mới có dịp nghe đến tên, nhìn tận mắt và nếm tận miệng miếng bánh buýt thơm ngon, đậm đà, hấp dẫn, bắt mắt ra làm sao. Đặc biệt, bánh buýt truyền thống nổi tiếng của nước Phú-Lang-Sa này được làm ra từ tay một cô gái trẻ trung, xinh đẹp, có giọng hát truyền cảm, ưa chuộng văn chương nghệ thuật mà tôi không hề quen biết cô trước đó cho tới tận ngày nay cũng vậy. Chính vì thế mà từ khi anh bạn thơ - mặc cho tôi có khua tay từ chối- vẫn kèo nèo, lôi kéo tôi cho bằng được tới nhà cô thưởng thức buổi văn nghệ Giáng Sinh cho đến lúc tàn tiệc ra về, cô - con của một gia đình giàu có - vẫn không hề để mắt đến tôi một lần nào. Mà cũng phải. Là vì tôi không thuộc nhóm bạn của cô, nên cô không hề biết đến sự hiện diện của một anh khách không được mời là tôi trong đêm văn nghệ do cô tổ chức tại tư gia của cô. Và vì tôi không phải là khách được mời nên trong suốt buổi tiệc, từ lúc ăn uống cho đến lúc hát hò, cô và bạn bè cô ngồi quanh hầu như không để ý đến sự có mặt của tôi, và như thế tự nhiên tôi trở thành một anh chàng vô duyên, vô danh và cô độc giữa đám đông. Cho nên giữa cái "văn hóa của một nhóm người" tôi trở thành một "biểu tượng của văn hóa thầm lặng". Nhìn cô lăng xăng ra vào tiếp khách, làm bếp tôi hiểu cô không hề cố ý lơ là hay điệu bộ gì, mà vì lúc đó ai bước chân vào nhà, cô đều coi là bạn bè, là khách chung chung, đồng trang lứa với cô mà thôi. Đơn giản chỉ có thế.

Chuyện mới đó thoáng một cái đã trên 50 năm rồi tôi chỉ còn nhớ mang máng tên cô là Du mà không nhớ cái gì Du. Nhưng miếng bánh buýt tự tay cô làm và gương mặt đằm thắm như đóa lan rừng pha chút sương lạnh của miền rừng núi cao nguyên của cô thì tôi nhớ mãi. Mái tóc cô bềnh bồng, đôi môi cô gợi cảm, nhất là cặp mắt đẹp mà buồn vời vợi nên cái nhìn thường mơ hồ, lãng đãng, hờ hững, xa xăm.

Khi chương trình văn nghệ bắt đầu, đèn điện tắt hết, thay vào đó là những ngọn nến được thắp lên lung linh tạo cho bầu không khí trở nên ấm áp hơn, thân mật hơn. Đươc biết những ca khúc do cô và bạn bè cô trình bày đều là tình ca. Những bản tình ca muôn thuở của Phạm Duy, Trịnh Công Sơn, Lam Phương, Từ Công Phụng,,, Điều làm tôi ngạc nhiên thích thú nhận thấy khi tiếng đàn nổi lên (chỉ một cây đàn thùng mà thôi) mọi người đều im lặng lắng nghe. Dường như mọi thứ đang chậm lại, chờn vờn, mờ ảo. Không gian yên tĩnh, phảng phất hương thơm làm cho tiếng đàn, tiếng hát lúc trầm lúc bổng như quyện vào nhau, như trôi đi.

Ngay từ khi cô cất tiếng hát, tôi nhận ra ngay cô có một làn hơi phong phú. Cô không viết văn, làm thơ, soạn nhạc như sau này anh bạn thơ cho biết, nhưng cái giọng đằm thắm truyền cảm và cách diễn đạt của cô rất lãng mạn, gây chú ý cho mọi người. Những bản tình ca và những giọng hát cứ lần lượt cất lên và trôi đi. Trong dòng suối nhạc trữ tình đó, tôi như cảm nhận được ngoài kia một màu trắng lạnh lẽo nhưng tinh khiết và trầm lắng của thiên sứ khẽ đập cánh bay lên. Có tiếng chuông nhà thờ trôi đi trong đêm thánh vô cùng.

Chắc ai cũng nhận ra điều này: Là người thực sự biết thưởng ngoạn, người ta thường thả hồn tận hưởng cái bản sắc trữ tình, nồng nàn, uyển chuyển và sâu sắc của nghệ thuật âm nhạc. Tôi cũng vậy. Đang im lặng hết lòng thưởng thức các giọng ca, đến lượt cô trở lại bỗng nhiên cô không tuyên bố một lời nào mà hát một lúc hai bản nhạc của..Phan Ni Tấn làm tôi phải giựt mình. Phản ứng tự nhiên là tôi kín đáo liếc mắt nhìn quanh rồi thở phào nhẹ nhõm, yên chí không thấy ai thèm dòm mình là biết chẳng ai nhận ra tác giả. Ngay cả anh bạn thơ cũng biến đi đâu không biết. Thật là may. Lúc đó tự nhiên tôi... thương cô quá chừng. Giữa căn phòng lung linh ánh nến, cô đứng trước mặt tôi, say sưa hát nhạc của tôi mà chẳng hề biết tôi đang ngồi nghe cô hát.

Cho đến bây giờ, dù có lẽ cô cũng xấp xỉ 70 tuổi đời như tôi nhưng tôi mong cô vẫn còn thều thào ca hát ở đâu đó trên đời này. Có điều, tôi chắc chắn một điều là cho đến bây giờ cô vẫn không thể ngờ rằng đêm văn nghệ năm xưa hát những tình khúc của tôi cô không hề biết tôi có mặt ở đó.

DU CÔN HỮU DỤNG

Tôi là Côn. Lớn lên trong một tu viện trên phố núi. Ra đời hành tẩu giang hồ chưa đầy một năm người trong phố nói tôi lá thằng du côn hữu dụng. Các Sơ cười hề hề nói đáng lẽ phong tôi là "hiệp khách hành" mới đúng, tôi nghe cũng chỉ cười hề hề.

Hai mươi năm trước, các Sơ bác ái lượm tôi ở bãi rác công cộng đem về nuôi cho ăn học. Năm học vỡ lòng lớp mẫu giáo tôi rụt rè như con gái. Lên tiểu học tự nhiên tôi đổi tánh thành đứa âm binh nghịch ngợm phá phách nhưng được cái là tôi học hành rất tấn tới, năm nào cũng nhảy lớp, có năm tôi nhảy liên tục hai lớp. Mười lăm tuổi tôi đậu tú tài (diplôme de bachelier) toàn phần. Hồi đó thi tú tài có năm hạng: Tối ưu, Ưu, Bình, Bình thứ và Thứ, tôi đậu Ưu. Thay vì xuống Sài Gòn thi vô đại học tôi bỏ học ra Quy Nhơn tầm sư học đạo. Đạo đây là võ đạo, là võ của võ sĩ. Năm năm sau tôi xuống núi quy hồi cố hương chẳng nghề ngỗng gì ngoài nghề đấm đá túi bụi với bọn du đãng ngoài đường phố.

Ở tu viện mỗi sáng thức dậy tôi thường đọc Kinh Tin Sáng *"Nhân danh Cha và Con và Thánh Thần, Amen"* xong ra sân dợt vài đưởng quyền cho giãn gân giãn cốt. Dù các Sơ không giao cho tôi việc gì nhưng ngày ngày tôi vẫn lui cui quét dọn trong ngoài, lau chùi phòng ốc, thay nến trên bàn thờ Chúa như một con chiên ngoan đạo. Riêng việc bếp núc, cuốc đất trồng rau đã có các Sơ trẻ chăm lo, tôi không phải đụng tới. Thật ra, trong nhà thờ ai cũng biết tôi - vai năm tấc rộng thân mười thước cao - chưa từng biết sợ cái chi trên đời này, ngoài việc sợ… con trùng đất ngo ngoe. Hehe.

Hàng ngày sau khi xong việc nhà Chúa tôi hay lang thang xuống phố đi tìm các chú mèo chú chó cũng lang thang như tôi để làm bầu bạn. Nhất là lũ chim *moineau*, ngày nào tôi cũng cho chúng ăn gạo Nàng Thơm đã đời riết rồi thấy tôi từ đàng xa đi tới là chúng ré lên chào mừng. Lũ chim sẻ này ma lanh lắm, biết tôi không phải là linh mục dù xuất thân từ tu viện, nhưng hễ thấy tôi là chúng chíu chít nịnh hót đến vui tai, lần nào tôi cũng nghe như *"Cha Frank đã tới! Cha Frank đã tới!"*. Trong tu viện, tên Thánh của tôi là Frank. Biết tôi có tài nói chuyện với các loài động vật hiền lành này các Sơ phục lăn.

Giã từ các bạn thú dễ thương tôi lại lang thang khắp nẻo đường trần. Lúc thì hang cùng ngõ hẻm dạy trẻ con nhà nghèo hát dồng dao Bắc kim thang, Tùm nụm tùm nịu, Rồng rắn lên mây có cây lúc lắc..., lúc thì ra bến xe phụ các lơ xe chất hàng hóa lên mui, lúc thì rảo vô nhá lồng chợ dọn phụ hàng xén cho các nội ngoại cần giúp, coi giùm hàng cho thím xẩm Liếng ù đi lấy hàng, phụ anh Năm Hòn chất mấy giỏ cáng xé hột vịt muối lên xe ba gác chở đi bán, có khi đang ngồi rung đùi nhăm nhi ly cà phê xây-chừng ở tiệm hủ tiếu chệt Ky lại phải làm giùm một hơi ba bốn bài toán hàm số bậc hai $f(x) = ax^2 + bx + c$ và hình học quỹ tích lớp 12 cho hai cô gái cưng của ông bà chủ tiệm người Tiều tốt bụng. Tôi nhớ hoài, vừa làm vừa giải thích cặn kẽ từng điểm một xong tôi hỏi cô em có hiểu không thì cô chị vọt miệng nói "hông" rồi hai chị em bụm miệng cười khúc kha khúc khích, hồn nhiên hết sức.

Thói quen của tôi làm việc gì cũng tận tình tận lực đến nơi đến chốn, thấy chuyện bất bình là ra tay tương trợ riết rồi tôi thành danh "thằng du côn hữu dụng" và là khắc tinh của bọn du đãng.

Du côn du kề vậy mà từ đứa trẻ con cho tới giới lao động, các bậc đai phú cũng như những thành phần trí thức khoa bảng bác sĩ, kỹ sư, giáo sư, giám đốc, tỉnh trưởng đều là bạn là bè của tôi tuýt suỵt.

Sau ngày nước mất nhà tan, người người tứ tán, tôi trôi giạt ra Quy Nhơn buôn trầu nguồn không thành lại quay đầu về đi buôn hàng chuyến. Tôi bắt tay với các đại gia buôn toàn hàng sịn. Cà phê cứt chồn, trảm mã trà, xì gà Cuba, thuốc lá Craven A, 555, Dun Hill, Pall Mall, rượu Tây hảo hạng, sữa bột Liên Xô, bút máy Paker, đồng hồ Longines… Nhiều người chỉ buôn cà phê thôi, không may bị bắt là trắng tay, có khi còn bị thiệt thân. Riêng tôi trời thương "vẽ đường cho hươu chạy", buôn chuyến nào lọt gọn chuyến nấy, từ thị trấn này qua thị trấn khác. Ngon ơ. Sau cùng tôi buôn hàng lậu qua Campuchia. Hàng lậu là hàng kể trên, trừ thuốc phiện. Tôi không chơi nàng tiên nâu gây nghiện. Tôi không muốn trở thánh "đông á bệnh phu".

Sau nhiều lần vận chuyển hàng lậu qua các thành phố Phnôm Pênh, Seam Reap, Battatang, Svay Rieng tôi bép xép học được ít nhiều tiếng Khmer. Tôi trở thành anh chàng có uy tín với các bạn hàng và những tay sừng sỏ bán trời không mời thiên lôi. Tuy nhiên không phải lúc nào đi buôn tôi cũng xuôi chèo mát mái. Khi qua Phnôm Pênh tôi có quen một cô gái tên Vanh Som, người Miên lai Thái, duyên dáng, khỏe mạnh và chịu chơi, chuyên nghề mối lái, đặc biệt dắt người vượt biên băng rừng qua biên giới Thái Lan. Chính cô là người giới thiệu món hàng của tôi cho một tên trùm phỉ tên Danh Khạp, ai dè gặp chuyện rắc rối.

Thấy món hàng xì-gà Cuba, 20 hộp còn nguyên si, tên chúa đảng và đồng bọn xuýt xoa thèm ra mặt. Nhưng thấy tôi là tên An Nam lạc vô giang sơn của chúng dễ bề ăn hiếp nên tên chúa đảng Danh Khạp cố tình ép giá, trả mặt hàng rẻ mạt; tôi đâu có chịu, khua tay múa chân, nói năng bậm trợn làm thằng chúa đảng để ý, nó nhếch mép cười khiêu khích: "Tao biết chắc mầy có nghề. Nếu mầy ngon đánh ngã được tao thì mầy ăn trọn". Trời đất! Thằng mặt dầy này nó tưởng mặt hàng là của nó chắc. Nhưng đụng tới võ nghệ là tôi nóng máu sẵn sàng "pặc-đờ-co" với nó liền. Thằng Danh Khạp thấy tôi chịu chơi nó sốt sắng nhảy ra sân giơ tay múa chân trong tiếng reo hò vang dội của đám lâu la.

Khoảnh đất tỉ võ là chỗ chênh vênh, lồi lõm, nhiều bụi đất và cỏ gai mọc đầy. Thấy tôi đơn thân độc mã giữa bọn bất hảo, cô Vanh Som lo lắng nói tôi cẩn thận, đừng coi thường. Đời tôi từng lăn lộn trong giới giang hồ hắc bạch đại đạo, tôi luôn luôn dè dặt và thận trọng. Lần này đụng phải tên chúa đảng Khmer đen trùi trũi, to như con gấu ngựa và đám thủ hạ vây quanh nên tôi phải hết sức trầm tĩnh.

Thằng Danh Khạp thấy tôi thấp hơn nò một cái đầu, nhỏ con hơn nó, sân nhà của nó, lại được lũ đầu gấu cỗ võ cho nó nên nó tỏ ra khinh địch. Thằng trùm phỉ làm như chắc ăn, nó không nôn nóng ra tay ngay mà cà rề cà rịch cởi áo ra oai bằng những đường quyền không ra quyền, cước cũng không ra cước, nhưng mỗi lần cử động bắp thịt và gân guốc của nó nổi lên cuồn cuộn, mình thì xâm đầy hình tục tĩu.

Đang múa máy, mặt kênh kênh, mép khinh khỉnh đột nhiên thằng chúa đảng khựng lại. Nó đứng dạng chân, hai tay cung lại, cổ bạnh ra, mắt trợn trừng, hộc lên một tiếng khủng khiếp nó lao tới bằng tất cả sức lực của nó. Tôi chưa từng gặp phải đối thủ nào hung bạo như thằng này. Hai nắm tay nó như hai quả chùy đánh thốc vào ngực tôi nhanh như gió cuốn, nếu trúng đòn tôi không chết ngay tại trận cũng tàn phế cả đời. Hét lên một tiếng tôi nhảy lùi ra sau tránh đòn.

Trong tiếng la hét, cỗ võ vang trời dậy đất của đám lâu la, thằng trùm phỉ đánh hụt cú đầu càng lộ vẻ kích động, nò hung hăng ra sức tấn công tôi liên tục. Nó càng dánh theo luật rừng: lấy thịt đè người, tôi càng tránh né và đỡ đòn theo bài bản của con nhà võ. Khi gặp đối thủ to con lớn xác tôi luôn luôn giữ khoảng cách vừa tầm, không để địch thủ áp sát, dồn mình vào thế hiểm nghèo. Thấy tôi có vẻ yếu thế không chịu đánh trả, nó khựng lại khoác tay ra hiệu cho bọn thủ hạ im lặng, nhìn tôi nó hất hàm: *" Eh, Annamite! Tu es un lâche".*

Trời đất! Nó xổ tiếng Tây chửi tôi là thằng Việt Nam hèn nhát nghe bắt nóng mặt. Tôi chưa kịp phản pháo nó ngoác họng chửi tiếp: *"Eh lâche! Casse-toi alors, pauvre con, va. Cigar et ta petite amie êtes a moi"* (Đồ hèn! Cút xéo mầy đi. Xì-gà và bạn gái của mầy là của tao).

Điệu này thì thật quá đáng. Biết tỏng thằng Danh Khạp nói móc, cô Vanh Som giơ cả hai ngón giửa chỉa thẳng vào mặt nó trong khi bọn mặt gấu nhảy tửng lên hò hét vang trời. Lần này thằng trùm phỉ đổi chiến thuật. Nó cung một tay, thỏng một tay đi vòng vòng tìm cách tấn công. Nó đánh nhứ thì tôi đở. Tôi đánh nhứ thì nó đỡ. Cả hai thằng đều đi vòng vòng để giữ sức, mồ hôi vã ra như tắm. Chợt thằng trùm phỉ xoay ngược hướng bước tới hai bước rồi quay ngoắt lại, gầm lên một tiếng nó lao vụt tới, phóng lên song phi vào ngực tôi. Cú đấm đã khủng khiếp, cú đá cũng không thua gì, nghe như xé gió. Tôi vội lùi lại tránh đòn không may vướng phải bụi cỏ gai làm tôi loạng choạng. Không bỏ lỡ cơ hội, thằng trùm phỉ nhanh nhẹn phóng tới đấm thẳng vào mặt tôi khiến tôi bật ngửa ra sau té ngồi trên đất, máu rỉ ra bên mép. Thấy tôi bị đánh ngã, bọn lâu la càng nhảy tửng lên la hét vang trời. Có đứa muốn nhào vô đánh hôi, có đứa hung hăng đấm đá không khí, có đứa chửi thề, nhổ nước bọt.

Đắc thắng, thằng trùm phỉ không để tôi kịp đứng dậy, nó lao tới đá thêm cú bồi vào mặt tôi để dứt điểm. Nếu trúng cú đá tạt ngang cực kỳ hiểm ác này coi như tôi toi mạng, gẫy cổ chết không kịp ngáp. Tuy bị té dau, nhưng thế ngồi bệt của tôi cũng có thể lật ngược thế cờ trong đường tơ kẽ tóc. Khi thằng trùm phỉ quyết hạ độc thủ bằng cú đá tạt ngang là lúc nó để trống phần dưới. Chỉ chờ có thé tôi cung tay đánh thốc vào hạ bộ của nó.

Bất ngờ bị trúng đòn hiểm, thằng Danh Khạp hự một tiếng rồi ngã lăn ra nằm co quắp, hai tay ôm lấy hạ bộ rên hừ hừ. Đang la hét vang trời dậy đất bọn lâu la chợt im bặt. Lúc đó tôi mới nghe tiếng gió xào xạc trong đám bùi nhùi mọc quanh sân trại. Đứng lặng một hồi bọn lâu la chợt bừng tỉnh, chúng hè nhau khiêng chủ tướng vô nhà. Nhanh trí, cô Vanh Som lẹ tay chụp túi hàng của tôi đánh vắt trên vai, vừa chạy vừa đưa mắt ra hiệu cho tôi rút lui.

Sau lần đó, tôi chuyển hướng lên Banmêthuột, bắt được mối lái ở quận Dak Mil tỉnh Quảng Đức, bí mật chuyển hàng lậu qua Lào trong khu rừng lồ ô gần ngã ba biên giới Việt-Miên-Lào. Đi hai lần tôi đều thất bại cả hai. Mất trắng. Biết vận may của mình không còn nữa, tôi chuyển qua nghề khác. Nghề dắt người vượt biên bằng đường bộ.

ĐƯỜNG BỘ

Sau hai lần đưa người vượt biên thành công bằng đường bộ qua biên giới Thái Lan, tới lần thứ ba tôi và hai người bạn lính (trốn trình diện học tập) quyết định chọn giải pháp này để trốn khỏi nước. Hai lần trước đều do các thổ dân đưa đi. Lần này, lần thứ ba, lại do một cô gái trẻ dẫn đường. Cô tên Sam Srey, gốc Miên lai Thái.

Tôi nhớ hoài cái kỷ niệm về cô gái Miên lai này. Sự lanh lợi của cô làm tôi nhớ tới Vanh Som, cũng Miên lai, cô bạn hàng của tôi ở Phnôm Pênh. Như đã hẹn trước với tổ chức vượt biên, tôi và hai người bạn được chỉ định vào một quán nước cuối cùng ở hướng Tây bên bờ hồ Tonlé Sap chờ người tới đưa đi.

Đầu tuần quán thưa khách, ba anh em chúng tôi chọn bàn lộ thiên duy nhất đặt ngoài ban công nhô ra trên mặt nước, vừa hóng gió vừa tránh được sự dòm ngó. Ngồi nghe mùi cá phê nồng nàn quyện tiếng nhạc Dù Kê Khmer trong quán rộn rã trôi xuống mé nước tự nhiên lòng tôi dâng lên một mối cảm hoài. Trầm mình trong nỗi nhớ quê, tôi quên cả chiều xuống, hàng quán lên đèn từ lúc nào. Chợt một cô gái trẻ nhanh nhẹn bước vào quán xăm xăm đi tới bàn chúng tôi giơ tay đon đả chào. Nhìn ba cái bản mặt ngơ ngác ngó lên, cô cười, nói nhanh, *"Je suis Sam Srey (Em là Sam Srey)"*.

Nói xong cô phá lên cười thật hồn nhiên rồi tự động kéo ghế ngồi cạnh tôi, búng tay rất điệu nghệ kêu một ly soda sữa hột gà. Cô tự nhiên thoải mái đến độ người ngoài nhìn vào đều nghĩ chúng tôi quen biết nhau từ bao giờ. Từ lúc vào quán cô mặc kệ tụi tôi bối rối ra sao cô vẫn tỉnh bơ ngồi uống nước rột rẹt qua ống hút. Rồi, chắc thấy tôi có râu quai nón, dáng dấp phong trần ra vẻ một tay anh chị ngầu ngầu nên cô kề sát tai tôi nói nhỏ: *"Sam Srey, sucre mis soeur (Sam Srey, em gái dẫn đường)"*. Lần này tụi tôi hết ngạc nhiên, biết chắc cô gái này nói tiếng Tây như một ám hiệu "phe nhà".

Cái nghề *"guy de la tour"* đầy nguy hiểm này đòi hỏi kinh nghiệm, thể lực và… tính hóm hỉnh, nếu ở phái nữ. Thực vậy, từ lúc gặp ba anh em chúng tôi cô Sam Srey luôn luôn cười đùa hồn nhiên. Ánh lên mắt nhìn tươi thắm, Sam Srey cho biết cô là em cùng cha khác mẹ với cô chị Vanh Som, bạn hàng của tôi ở Phnôm Pênh. "Chị em bận nên nhờ em tới gặp các anh", cô nói tiếng Pháp khá trôi chảy. Thì ra là vậy. Hèn gì mới nhìn thoáng qua tôi liên tưởng ngay đến Vanh Som.

Mười phút sau, chúng tôi rời khỏi quán nước theo Sam Srey xuống xuồng neo sẵn dưới chân quán. Cô chèo thật nhẹ nhàng đẩy xuồng lướt trên mặt sóng. Gió đêm mát lạnh. Khoảng nửa tiếng sau Sam Srey lủi xuồng vào bụi cây kè, nhanh nhẹn nhảy lên bờ vừa cột xuồng vừa ngoắc tay hối tụi tôi lên. Theo ánh đèn pin

Sam Srey đưa chúng tôi tới một căn chòi nằm khuất trong lùm cây rậm rạp. Chòi trống trơn chỉ có rơm khô lót trên nền đất. Cô nói nhỏ chúng tôi cứ yên tâm nằm nghỉ, nửa khuya cô sẽ trở lại.

Mặc dù cố gắng chợp mắt dưỡng thần nhưng chúng tôi không tài nào ngủ được. Phần vì lạ nước lạ cái sợ bị bể nửa chừng, phần bị muỗi như vãi trấu tấn công. Lo nhất là không biết họ có y hẹn tiếp tế lương thực hay không. Qua nghề này tôi biết nhiều người bị gạt, bị bỏ rơi dọc đường, mười phần chết chín, hoặc bị nhóm dẫn đường ra tay cướp của giết người bỏ xác giữa rừng sâu, chưa kể đụng phải bọn Sumacum hay Khmer Đỏ là xong đời. Đây không phải là cuộc phiêu lưu kỳ thú nhưng sống chết có số mà.

Chúng tôi ngồi chịu trận tới khoảng canh ba thì cô Sam Srey tới dẫn thêm hai người khách đồng hành, được giới thiệu là vợ chồng son Khmer. Đúng lúc đó ba anh thanh niên quẩy quả gánh lương thực, nước uống tới xong lặng lẽ rút lui ngay. Như thế chúng tôi có tất cả sáu người gồm bốn nam hai nữ kể cả cô Sam Srey làm người dẫn đường.

Đêm đầu tiên trăng lấp ló trong mây như đồng tình đưa chúng tôi lên đường. Im lặng tuyệt đối, mọi người bám theo cô Sam Srey đang thoăn thoắt bước nhanh trên một lối mòn dẫn vào hẻm núi. Giờ này chỉ có gió và ánh trăng soi đường. Chúng tôi đi suốt đêm vượt rừng vượt núi, lội suối qua khe, dốc lên dốc xuống, đạp lên từng vũng trăng khuya mà đi. Chúng tôi mải miết vừa đi vừa nghỉ trên con đường thiên lý. Khi lần xuống thung lũng có núi cao và rừng rậm bao quanh thì trời hừng sáng. Chúng tôi dừng chân trong khu rừng tre bạt ngàn. Ai nấy tuy mệt bở hơi tai nhưng cũng ráng lấy cơm vắt ra ăn sáng để lấy sức cho chuyến đi đầy gian nan bất trắc phía trước. Lúc bệu bạo nhai hột cơm trong miệng tôi lại thấy lòng mình bồi hồi khó tả. Hồi nhỏ tôi vẫn thích ngồi nhìn mẹ vắt cơm. Cơm vừa chín là xới ra. Từng nắm cơm được nhào vắt tròn tròn trắng tinh mẹ đặt trên mâm đồng. Những nắm cơm mịn màng thơm ngát ấy chấm với muối mè nhai chóp chép ngon nhớ đời.

Khoảng một giờ sau chúng tôi tiếp tục lên đường trời cũng vừa lắc rắc mưa rơi. Sam Srey, người dẫn đường là một cô gái có nhiều kinh nghiệm đường rừng, cô khôn ngoan không bao giờ băng qua đường cái, dễ bị lộ, cứ lối mòn trong rừng kè, rừng khộp mà đi. Thỉnh thoảng trên con đường máu xương chết chóc chúng tôi bắt gặp một ngôi mộ hoang, chỗ khác vài ngôi mả lạnh, nằm trơ trụi bên lối mòn cỏ hoang mọc kín. Trước nỗi thê lương đó tôi nghe hình như có tiếng rên rỉ của ai đó còn váng vất mùi tử khí trong gió rừng khô khốc. Nhưng khi chứng kiến tận mắt một cảnh tượng mà chúng tôi không hiểu nổi, vì sao dưới khe suối rong rêu lều bều luồn vào lũng thăm u lại có cả một ngôi miếu nhỏ xiêu vẹo, mục nát đến rợn người. Một ai đó, vì thương tiếc người thân bỏ mạng tại đây đã đẽo gọt vội vàng miếng cây rừng thành cái miếu cô hồn ở chốn thâm sơn cùng cốc này. Người chết nằm lại đâu đó quanh ngôi miếu hoang, người sống vẫn cúi đầu lầm lũi bước đi. Mưa vẫn thầm rơi.

Đến ngày thứ năm, vừa lên tới đỉnh dốc trơn trợt, cỏ lau bạc đầu, bỗng nhiên Sam Srey ngồi thụp xuống, ngoái cổ hối hả ngoắc tay xua mọi người rút lui. Không biết chuyện gì xẩy ra nhưng cảm thấy nguy hiểm chúng tôi cứ cắm đầu cắm cổ chạy thục mạng. Chạy ngược chừng hai trăm thước, mọi người lủi vô bụi cây nằm bẹp xuống núp sau một gò đất cao. Sam Srey ào tới lấp bấp qua hơi thở, bọn Khmer Đỏ đang ở dưới thung lũng; may mà cô phát giác kịp thời. Quân Pôn Pốt khi chiếm được đất Phật, cả thế giới đều biết đến tội ác diệt chủng kinh hoàng của bọn ác quỷ này. Nằm im một hồi không nghe động tịnh gì cả bọn nhỏm dậy bám gót Sam Srey di chuyển theo hướng khác, tránh xa quân giết người.

Cô Sam Srey tỏ ra thông thạo vùng này. Len lỏi trong rừng rậm được già nửa đoạn đường chúng tôi gặp lại lối mòn. Để tới kịp chỗ nghỉ đêm trong rừng, Sam Srey xác định lại địa hình hướng đi lúc chiều dần tàn.

Đêm ở rừng im lặng đến rợn người. Trăng rừng cũng im lặng len lỏi trong vòm cây đổ những vũng sáng xuống chỗ chúng tôi nằm. Sự đồng lõa của trăng và rừng nín lặng đến không nghe cả tiếng lá rơi, ngoài hơi thở nhè nhẹ của Sam Srey ngồi cạnh tôi. Sương khuya lạnh nhưng ngồi cạnh Sam Srey tôi cảm thấy thân thể cô ấm đến nồng nàn. Thân gái dặm trường, dù sung sức cách mấy Sam Srey cũng phải thấm mệt. Cái mệt không phải ngay lúc này mà từ lúc khởi hành đến khi dừng chân cái mệt mới đọng lại vô tình dựa vào vai tôi cô ngủ thiếp đi. Sau năm ngày đêm, chúng tôi đã vượt qua hơn nửa đoạn đường và vẫn bình an vô sự, đến khi được nằm xuống nghỉ ngơi ai nấy đều ngủ ngon lành.

Lúc này tôi mới để ý tới Sam Srey. Người con gái, dù hoàn cảnh làm cho nhọc nhằn, vẫn toát ra sự yếu đuối, vẻ mềm mại, nét dịu dàng cố hữu của phụ nữ. Nhớ lại lần đầu gặp Sam Srey, tôi thấy cô cũng bình thường như những cô gái trẻ thành thị khác. Khuôn mặt chữ điền biểu lộ tính quyết đoán, nhưng ánh mắt như môi lúc nào cũng nở một nụ cười duyên dáng.

Đang chập chờn trong giấc điệp chợt có tiếng la cầu cứu khiến mọi người giựt mình choàng tỉnh ngay. Phản ứng tự nhiên là cả bọn túa ra tìm đường thoát thân thì thấy anh chồng Khmer trần truồng đang hớt hải cõng vợ chạy về kêu cứu. Thì ra, chờ mọi người ngủ say, hai vợ chồng son lén dẫn nhau ra bìa rừng ân ái, không may cô vợ bị rắn cắn. Đáng lẽ anh chồng chữa trị ngay hoặc đưa vợ về nhờ người cứu chữa, đằng này anh như người mất hồn ngồi chết sững tại chỗ. Đến khi tỉnh hồn anh cõng vợ về thì đã muộn. Nọc độc lan đi làm toàn thân người vợ tím bầm. Cô tức thở, lắp bắp không thành tiếng, mắt trợn trừng, miệng xùi bọt mép, co giựt mấy cái rồi lịm luôn.

Vợ chết chồng hóa điên. Anh khóc lóc, kêu gào thảm thiết. Anh rủa sả chúng tôi cứ như vì chúng tôi vợ anh mới chết. Rồi anh hì hục đào hố bằng hai bàn tay. Chúng tôi cạn gián, anh hất ra, mắt long lên chửi rủa càng dữ dội. Chợt anh nín bặt, vái lạy xác vợ rồi quay lưng chạy như điên vào đêm đen như mực, bất kể chướng ngại vật.

Vượt qua ba ngọn đồi, năm con suối, chúng tôi tiếp tục đi về hướng tây bắc. Càng đi gần về phía biên giới Thái Lan chúng tôi càng cảnh giác cao độ. Bất trắc, hiểm nguy luôn luôn rình rập de dọa bất cứ lúc nào, ai biết được. Từ khi xảy ra biến cố thê lương của cặp vợ chồng Khmer chúng tôi cẩn thận hơn. Dù không nói ra nhưng ai cũng thương xót cho người vợ trẻ đã nằm yên dưới ba tấc đất, lo lắng cho số phận người chồng bất hạnh không biết sống chết ra sao. Lúc anh lao vào bóng đêm chúng tôi rượt theo cố níu anh lại nhưng không kịp; trong cơn điên anh chạy quá nhanh. Tội nghiệp Sam Srey la hoảng vì biết anh đang đâm đầu về phía vực sâu.

Sau bảy ngày đêm vượt biên bằng đường bộ, cuối cùng bốn người chúng tôi cũng tiến gần tới đích. Vừa nhìn thấy cột mốc của biên giới Thái Lan - Campuchia cách chúng tôi khoảng năm trăm thước ai cũng la lên mừng rỡ. Bao nhiêu nhọc nhằn, khốn khổ sau bảy ngày đêm vượt thoát làm kiệt quệ thân xác bỗng chốc tan biến tất cả. Rồi mạnh ai nấy chồm lên, ra sức lao tới. Lúc đó khoảng mười giờ, nắng chói chang. Khi biết chắc mình đặt chân lên mảnh đất tự do, chúng tôi ôm chầm lấy nhau, thật chặt. Vừa ôm nhau, nhảy nhót vừa la hét và cảm tạ Trời Phật cho chúng tôi sống sót. Đúng lúc đó một tràng tiếng súng vang lên.

Chẳng biết phía bên nào bắn, nhưng khi nằm rạp xuống tôi thấy rõ ràng cả hai người bạn lính của tôi đều bật ngửa ra sau, đầu đập mạnh xuống đất nằm bất động. Đúng lúc đó tôi nghe tiếng rên của cô Sam Srey đang nằm đè lên người tôi. Và cũng lúc đó tôi mới thấy người tôi ướt đẫm. Cứ tưởng mồ hôi, hóa ra là máu.

Bốn mươi năm nay, trải qua những giông bão cuộc đời, thỉnh thoảng tôi vẫn đáp chuyến xe quay về miền quá khứ để tìm lại hình bóng Sam Srey và bốn người bạn đồng hành của tôi trên bước đường tìm tự do. Dù tôi biết rằng họ không còn ở trên cõi đời đầy khổ đau này nhưng tôi vẫn tin rằng thuở xa xưa đó đến tận bây giờ có một người tên Sam Srey và bốn linh hồn oan khuất kia vẫn âm thầm đến với tôi trong một giấc mơ kỳ lạ để rồi sáng ra họ hoàn toàn biến mất, không để lại một dấu vết nào.

HUYỀN PHỔ ĐẠI HUYNH

Thuở thiếu thời, đại huynh Huyền Phổ từng là đệ tử tục gia của hòa thượng Tuyết Đình Phúc Dụ, phương trượng chùa Thiếu Lâm, một ngôi chùa nổi tiếng về sự kết hợp giữa Phật giáo Thiền tông và võ thuật, Chùa do vua Hán Vũ của nhà Bắc Ngụy xây năm 497 trên đỉnh Thiếu Thất tại Tung Sơn, Hà Nam, Trung Hoa. Khi hạ sơn trở về cố quốc, thay vì mở trường phát huy võ thuật hoặc vào chùa quy y tam bảo, đại huynh Huyền Phổ lại khoác áo nhà dòng. Âu cũng là duyên nghiệp.

Là tín đồ bác ái thuộc Kitô hữu, linh mục Huyền Phổ không ngự trong nhà thờ Chúa mà đơn thân độc mã, một mình một ngựa hoạt động tông đồ đặc biệt mang sứ mạng đi rao giảng Phúc Âm Chúa Kitô khắp vùng Việt Bắc, nhất là ở các thôn làng hẻo lánh miệt vùng biên.

Tuy là linh mục tràn đầy tình thương Thiên Chúa chưa từng giết hại bất cứ một sinh linh nào, dù là con ong cái kiến, nhưng Cha Huyền Phổ rất ghét những kẻ gian hùng. Có bốn hạng tà đạo một khi không còn cải hóa được nữa Cha đành ra tay trừng trị: "Giặc ngoại xâm. Kẻ giết người. Quân dầu trộm đuôi cướp. Bọn hiếp đáp dân lành".

Thời linh mục Huyền Phổ còn tại thế, câu chuyện về Cha khá đặc biệt. Một tông đồ của Chúa lại là một cao thủ võ lâm ưu thời mẫn thế. Tuy đã ngoài bốn mươi, trong chiếc áo chùng đen, Huyền Phổ vẫn nhanh nhẹn, lừng lững như một con gấu trên đường vân du hành hiệp và truyền đạo. Một linh mục bụi đời với tấm thân gồ ghề, hình tượng hiệp nghĩa cỡi ngựa ô thường xuất hiện giữa đám thảo dân hiền lành, nhỏ bé ở Lạng Sơn, Cao Bằng, Lào Cai, Sapa, Mẻo Vạc, Mù Cang Chải, Tả Giàng Phình… Dắt ngựa rảo giữa chợ phiên linh mục Huyền Phổ luôn luôn thân thiện, hào phóng, vui tay phát quà bánh cho trẻ con, rao giảng tin lành cho người lớn, nên tên tuổi Cha đã mau chóng trở thành một trang dị khách, lưu truyền suốt chiều dài dẫy núi Hoàng Liên Sơn hùng vĩ.

Dưới thời Pháp thuộc, linh mục Huyền Phổ vẫn lịch thiệp, hòa nhã trong sứ mạng truyền giáo. Nhưng ban đêm Cha Phổ thoát xác, biến hình, đội lốt "người áo đen" trở thành một nhân vật kỳ bí, xuất quỷ nhập thần, thường ra tay trừng trị những hung thần ác sát khiến cho các quan thầy Pháp và bọn tay sai Việt gian kể cả cán bộ Việt Minh nhiều phen thất kinh hồn vía. Chúng treo giá rất cao cái đầu của "người áo đen" bằng tiền Đông dương (lúc bấy giờ $1 = 17 franc). Nhưng vì Huyền Phổ là một bậc thầy ngụy trang nên kẻ thù có đứng trước mặt Cha cũng không thể biết đó là "người áo đen", một nhân vật biến hóa khôn lường loại bỏ rất nhiều đối thủ ra khỏi vòng chiến làm chúng thất điên bát đảo.

Là một tông đồ xuất sắc của Đấng Kitô đương nhiên Huyền Phổ không chủ trương giết người, nhưng khi cần trừ khử kẻ tà ác, Cha chỉ điểm vào huyệt đạo đối phương khiến chúng tê liệt, bại xụi, suốt đời trở thành kẻ vô dụng.

Một hôm trên đường truyền giáo tới Lào Cai, lúc nghỉ chân dưới bóng cây trò Cha Phổ chợt nghe có tiếng phụ nữ kêu la thất thanh. Chạy tới hướng phát ra tiếng la, phi thân lên cành cây cao Cha nhìn thấy hai tên lính Lê Dương đang đè nghiến hai cô gái H'mông định giở trò tồi bại. Như con beo gấm Huyền Phổ chạy như bay trên dẫy đá tảng lấy đà nhún mình lao xuống nhanh nhẹn điểm vào ót hai tên lính da đen gạch mặt khiến chúng lăn ra bất tỉnh nhân sự.

Không đợi hai cô gái Mèo kịp hoàn hồn, Huyền Phổ rút phắt lưỡi lê cắm trên đầu súng của giặc Cha ra tay biến chúng thành thái giám ngay tại chỗ, gọn gàng và chóng vánh.

Thay trời hành đạo là cách hành xử của vị linh mục đối với lũ súc sinh đồi bại.

Một lần khác, linh mục Huyền Phổ lên Sơn Tây truyền đạo nửa đường gặp mưa. Thuở ấy Hà Nội cách Sơn Tây khoảng 40km tuy không xa lắm nhưng phi ngựa trên con đường gồ ghề cát bụi, vượt qua những chướng ngại vật, ít nhất cũng mất nửa ngày đường. Nhiều năm rong ruổi khắp đất Bắc, khi vượt đường trường xa, Huyền Phổ thường khởi hành vào lúc tan sương. Cha dự tính buổi trưa hoặc xế chiều sẽ tới Sơn Tây nếu không bị trở ngại gì.

Trên đường đi Sơn Tây ngang qua suối Tiên, suối Trà linh mục Huyền Phổ đều dừng lại nghỉ ngơi năm mười phút lại lên đường, nhưng lúc Cha vừa vượt qua ô Cầu Giấy thì trời mưa. Huyền Phổ vẫn giục ngựa dọc theo sông Tích trong cơn mưa nhẹ hột. Chạy thêm khoảng 15km thì mưa như trút nước, sấm chớp long trời lở đất, đúng lúc trước mặt Huyền Phổ là một thôn nghèo lúp xúp dưới những lùm cây ướt sũng, Cha vội ghé vào xin trú mưa.

Nhưng vừa rẽ qua khúc quanh vào xóm, bất ngờ Huyền Phổ chạm trán một cuộc giết người. Dưới cơn mưa tầm tả, bốn tên dân quân du kích đang hành quyết một người trung niên bị trói thúc ké dưới tàn cây cổ thụ. Xuyên qua những tia chớp lóe xé rách màn mưa mù mịt linh mục Huyền Phổ chứng kiến một tên du kích vung mã tấu lên loáng một cái đầu nạn nhân đã lìa khỏi cổ. Thân mình mất đầu rướn lên rồi từ từ gục xuống trong thế quì, máu ở cổ phun ra có vòi. Một đời hành tẩu giang hồ lần đầu tiên Cha Huyền Phổ nhìn thấy tận mắt cảnh chặt đầu người hết sức dã man mà Cha không kịp ra tay ngăn cản.

Bất ngờ đụng đầu kẻ lạ mặt phóng ngựa xông tới khiến cả bọn giựt mình, nhưng tên cầm mã tấu còn đẫm máu tươi vừa loạng choạng giựt lùi vừa quýnh quáng chém xả tới. Là một cao thủ võ lâm, Huyền Phổ vội lách ngựa nghiêng mình tránh lưỡi hái tử thần, cũng nhờ vậy viên đạn của tên Cộng phỉ nào đó đã bắn trượt qua vai Cha. Mã tấu và viên đạn của quỷ không thể giết được tông đồ chính trực của Chúa, nhưng tiếng súng làm con ngựa hốt hoảng cất vó chồm lên hí lộng cố hất Huyền Phổ xuống đất. Trong cơn hiểm nghèo Cha vỗ vào yên ngựa lấy thế phóng mình lên uốn ngược ra sau cùng lúc Cha búng ám khí (đạn xe đạp) vào động mạch cổ tên cầm mã tấu. Trong cơn thập tử nhất sinh, "Huyền Phổ đại huynh" đã phát huy võ học chân truyền về môn điểm huyệt của một bậc kỳ tài Thiếu Lâm. Nhanh nhẹn, dứt khoát, dũng cảm, chân vừa chấm đất, Cha như chiếc bóng lách mình nhích tới xuất chiêu điểm vào huyệt đạo của ba tên còn lại khiến chúng ú ớ rũ xuống nằm bất động.

Trên cơ thể con người có tất cả 365 huyệt đạo khác nhau. Có những huyệt đạo lúc điểm hoặc xoa bóp giúp con người thải độc, trở nên khỏe mạnh, kéo dài tuổi thanh xuân. Nhưng cũng có những huyệt đạo đánh là chết. Như đã nói, linh mục Huyền Phổ không phải là một sát thủ, nhưng đương đầu với những phần tử máu lạnh, quen giết người, Cha phải trừ khử chúng bằng phương pháp duy nhất là điểm huyệt. Lúc ba tên Cộng phỉ lính quýnh hướng mũi súng giết người nhằm diệt khẩu, Huyền Phổ đã nhanh tay điểm vào huyệt bách hội, huyệt thái dương và huyệt thần đinh khiến chúng choáng váng, lảo đảo buông súng nằm vật xuống đất bất tỉnh nhân sự. Huyệt bách hội nằm ở vị trí giữa đỉnh đầu kéo dài xuống mang tai. Huyệt thần đinh giữa trán. Huyệt thái dương ở hai bên màng tang. Vì cần tránh những chấn động gây thương vong, Cha chỉ điểm nhẹ vào ba huyệt kể trên cũng đủ để suốt đời chúng trở thành phế nhân.

Cuối cùng, những tiếng động thiện ác đáo đầu giữa hai chiến tuyến hoàn toàn chìm khuất trong màn mưa sầm sập và tiếng sấm sét rền trời.

Cuối thập niên 1950, linh mục Huyền Phổ đang rảo bước trên hè phố Hàng Buồm thì thấy hai tên cướp chạy xe gắn máy Goebel giựt cái xắc tay của cô thiếu nữ, lôi cô té lết một quãng trên đường lát gạch. Tội nghiệp nạn nhân bị cú té trời giáng đến trầy da tróc vẩy nằm dài trên mặt đất quơ tay rướn cổ kêu la cầu cứu. Bình thản chờ hai tên cướp lạng tới gần Huyền Phổ xử dụng tuyệt kỹ phi tiêu của Thiếu Lâm búng hòn bi sắt xe đạp thật chính xác vào huyệt thái dương tên cầm lái. Bị trúng đòn tên cướp lật nhào kéo theo tên ngồi sau té dập mặt xuống đất, nhờ vậy bà con ùa ra tóm cổ chúng; có người hăng máu đá vào mặt tên ngồi sau dợm bỏ chạy trong khi màng tang của tên cầm lái sưng vù lên như quả trứng gà.

Cứ thế, linh mục Huyền Phổ nổi trôi theo vận nước cho đến tháng 5/1954, Pháp thất trận tại Điện Biên Phủ, chấm dứt vĩnh viễn nền đô hộ 98 năm của thực dân Pháp. Nhưng từ đó, khi nhân thức được tổ chức kháng chiến biến hình thành Cộng sản, hàng triệu dân chúng miền Bắc đã lũ lượt "dinh tê" vào Nam năm 1954-1955, thay vì ở lại sống dưới chế độ hà khắc, phi nhân của Việt Minh. Trong cuộc di cư vĩ đại đó có linh mục Đồng Huyền Phổ.

Tôi (người kể chuyện) lúc đó vừa tròn 20 tuổi, theo bố mẹ về Tề, nghe đồn ngày tháng năm 1954, trà trộn giữa hàng ngàn giáo dân của Thiên Chúa giáo xuống tàu "há mồm" của Mỹ di cư vào Nam có một linh mục không mặc áo dòng. Ở thời điểm di cư năm 1954 tình thế phức tạp, nhiêu khê hơn nhưng vì muốn hòa đồng với những lưu dân đi tị nạn, Cha Phổ không mặc áo chùng đen, Nhưng không một ai trên chuyến tàu đó biết Huyền Phổ là "người áo đen", một võ sĩ xuất chúng chuyên trừ gian diệt bạo. Võ sĩ không những là hình ảnh của thể lực mà còn là vẻ đẹp của tâm hồn nghệ thuật. Là một võ sĩ năng nổ, khoẻ mạnh, nhiệt tâm, Cha Phổ thường thăm nom, an ủi, giúp đỡ những người già yếu, bệnh tật, bảo vệ phụ nữ và trẻ con trong suốt cuộc hành trình tìm tự do. Người ta bảo rằng đó là một thiên thần quá hải, chở theo những vẻ đẹp bản lãnh, tràn đầy sức sống, vẻ đẹp nhân ái, giản dị, gần gũi, thuần khiết và bao dung.

Đoạn kết:

Đó là một quãng đời ngang dọc, đầy sôi nổi và dũng cảm của linh mục Huyền Phổ, qua lời kể của Cố đạo Francis Bay. Cố Bay, bạn đạo của Cha Phổ, cũng là bạn đồng hành di cư vào Nam trên cùng một chuyến tàu "há mồm" với Cha Phổ. Ở Ninh Thuận, trong lúc làm việc ở ga Kà Rôm, rảnh rỗi tôi viết ra truyện ngắn này. Hồi đó Cố Bay kể sao tôi ghi lại y như vậy, nhưng trong kỳ nghỉ hè đáp tàu lửa về Sài Gòn tôi vô ý làm thất lạc cái cạp-táp trong đó có cốt truyện tôi viết về Cha Phổ.

Mãi đến 60 năm sau, ở Canada tôi mới viết lại truyên ngắn này. Để phù hợp với cách kể chuyện qua bút pháp riêng của tôi, tôi đã tự ý thay đổi một số chi tiết về Cha, để - ở đâu đó, vời vợi trên cao xanh kia - hình ảnh sống động của Huyền Phổ lại tỏa rạng trong trí nhớ, trong tình thương của con người bằng vẻ đẹp bác ái của một Kitô hữu: linh mục Huyền Phổ và vẻ đẹp quả cảm của một trang dũng sĩ: Huyền Phổ đại huynh.

VÔ ẢNH CƯỚC

Hồi trẻ sôi nổi bao nhiêu về già Võ Đề trầm lặng bấy nhiêu. Đầu tháng Giêng năm nay ông bước vào tuổi bảy mươi hai. Râu tóc tuy đã bạc phơ, nhưng sức vóc vẫn còn tráng kiện, vẫn phong độ qua mỗi đường quyền, nhất là ngón cước pháp.

Khi râu bắp sau vườn nhà Võ Đề trổ màu vàng hung ông đều hái... bằng chân. Võ Đề chỉ dùng tay bẻ bắp khi cây bắp bị ông đá gập đầu xuống đất. Cây bắp thường cao từ 2.50m tới 3m, mỗi lần ra vườn hái trái ông đều dùng đầu ngón chân cái đá thóc vào gốc bắp, hoặc - cũng bằng đầu ngón chân cái, - ông đá tạt ngang vào giữa thân cây. Đó là chiêu "Vô Ảnh Cước" lợi hại nhất của Võ Đề, nổi danh một thời ở Pleiku.

Thập niên 1960, làng võ Pleiku có một tay võ nghệ lừng danh tên Công Chột, rất giỏi về môn "hầu quyền". Chỉ cần vận dụng chiêu thức cực kỳ lợi hại này, Công Chột chưa từng bại trước một đối thủ nào nên giới võ lâm phong anh ta là "Hầu vương Độc cô cầu bại". Cho đến khi Võ Đề, họ Võ tên Trấn Đề, người lấn biển đến từ một hòn đảo ngoài khơi vịnh Rạch Giá, là người duy nhất thủ huề với Hầu vương bằng một cú đá như trời giáng vào mặt đối thủ nên làng võ gọi trại họ Võ thành Vô, tức Vô Ảnh Cước.

Từ đó, Vô Ảnh Cước thường nhận được thư thách đấu từ các lò võ, nhất là vào những mùa võ hội. Không những thư gởi từ Pleiku, Kontum, Phú Yên, Bình Định còn có cả Sài Gòn. Cũng như Công Chột trước kia, gặp phải đối thủ lợi hại Võ Đề mới sử dụng chiêu vô ảnh cước để dứt điểm trận đấu. Là một tay võ nghệ chân truyền từ ông thầy võ lang thang, Vô Ảnh Cước đánh đâu thắng đó. Cho tới một hôm, dính vào một trận đấu ngoài ý muốn khiến cả đời Võ Đề chẳng thể nào quên.

Trước tuần lễ rửa tay từ biệt Phố Bụi về quê ở ẩn, bất ngờ Vô Ảnh Cước nhận được một phong thư màu nâu bầm, do một em bé đánh giày đem dúi tận tay xong bỏ chạy ngay. Thư niêm phong bằng một loại keo đặc quẹo, thoảng mùi giấy điều còn mới. Vô nhà mở thư ra xem Võ Đề mới biết đó là thư thách đấu của một người tự xưng là Băng Tâm Song Cước Nữ Bạch Y đời thứ ba, đến từ Thốc Lốc, Bình Định.

Đây là điều mà Võ Đề không thể ngờ được từ trước tới nay. Anh chưa từng nghe danh hiệu nữ nhân này, cũng chưa hề chạm trán với bất cứ nữ đấu thủ nào. Ngạc nhiên hơn là địa điểm thách đấu lại nằm trong đầm lau sậy sau lưng trường Trung học Pleime, cách nhà Võ Đề ở Chợ Mới không xa. Thập niên 1960, quanh trường Pleime chưa có nhà dân, hiếm thấy bóng người lai vãng ngoài những dãy đồi đất đỏ, những thung lũng cỏ hoang và gió. Phía sau lưng trường, giữa đầm lau bạt ngàn có một cây hoè trơ trụi mọc lên. Đó là điểm hẹn giao đấu.

Buổi sáng hôm sau trời còn mờ sương, gió vi vu thổi luồn vào đám lau sậy ngả nghiêng tạo thành tiếng hu hu ma quái. Khi Võ Đề vừa bước vào đầm lau anh đột ngột khựng lại, ngạc nhiên thấy một người con gái toàn thân mặc bộ đồ trắng khoanh tay đứng trấn trước cây hoè từ lúc nào.

Võ Đề không thể ngờ đối thủ lại là một cô gái đôi mươi, bất giác anh động tính hiếu kỳ chú mục vào thiếu nữ lạ mặt. Toàn thân cô sức sống toát ra một vẻ đẹp trang nghiêm lộng lẫy mà khó có cô gái nào sánh nổi: nước da trắng mịn, ngấn cổ kiêu kỳ, mớ tóc đen tuyền buộc bằng một giải lụa hồng đào phất phơ trong gió. Vẻ đẹp thiên thần đó làm Võ Đề ngẩn ngơ. Nhưng có một điều kỳ lạ là trên gương mặt vô cùng thanh tú đó, đằng sau đôi mắt u buồn kia lại hắt ra một tia nhìn cực kỳ lạnh lẽo.Đó chính là Băng Tâm Song Cước Nữ Bạch Y.

Không đợi Vô Ảnh Cước lên tiếng, Nữ Bạch Y lẳng lặng khua tay một vòng trên không lấy đà nhún mình lao tới. Trước sức tấn công bất ngờ của đối thủ khiến Võ Đề giựt mình tỉnh ngộ. Anh chớp mắt vội lùi lại một bước, rùn người xuống kịp thời tránh được luồng cương khí vừa đánh bạt qua đầu. Nhận thấy thủ pháp của Nữ Bạch Y quả là lợi hại, Võ Đề lấy lại bình tĩnh đứng thẳng người lên, hai cánh tay vung ra, nhanh nhẹn phản kích.

Nhưng Vô Ảnh Cước nhanh, Nữ Bạch Y còn nhanh hơn. Khi tay phải nữ nhân đánh trượt qua đầu đối phương, chớp mắt cô xoay mình dùng thế Hùng kê quyền xoè móng vuốt nhọn lễu quạt vào mặt Vô Ảnh Cước xước một lằn dài rướm máu.

Xưa kia, ông thầy già dạy võ cho Võ Đề là một võ sư lang bạt kỳ hồ đến từ Tam Quan, Bình Định. Lúc nhập môn, tối nào sư phụ cũng bắt Võ Đề tập đứng tấn, tập tiến thoái, tập nhào lộn, tập phi thân. Vừa đi quyền vừa đọc thiệu. Nhất là tập đá. Sư phụ quan niệm cước pháp luôn luôn tạo cho toàn thân chuyển động ở thế công, hơi thở sâu, khí huyết chảy mạnh. Lúc đầu Võ Đề đá bao cát, sau đá thân cây chuối, cuối cùng là đá cây tre lồ ô. Bị bong gân, trầy da tróc vẫy chảy máu là chuyện thường. Hơn nữa, người luyện võ ngoài tính nhân bản họ còn đươc huấn luyện thành những người gan dạ xem thắng bại là chuyên thường tình, nhất là xem cái chết nhẹ tợ lông hồng, huống hồ là ba giọt máu.

Liếm ngón tay trỏ dính máu trên má, Vô Ảnh Cước thay vì phản kích lại đứng lặng thở dài. Nhận thấy đối thủ có thái độ tiêu cực, Nữ Bạch Y tỏ ra nôn nóng. muốn chinh phục Võ Đề thật nhanh. Cô "hừ" một tiếng, lạnh lùng hươi quyền xông tới, đúng lúc trong đầu Vô Ảnh Cước lóe ra một tia sáng. Vừa chống đở, Vô Ảnh Cước vừa nhanh chân lùi về phía cây hoè. Độ chừng còn ba thước, đột ngột anh xoay mình chạy thật nhanh đến cây hoè, phi thân đạp vào thân cây búng mình ngược ra sau lưng Nữ Bạch Y vừa rượt nà tới vô tình để hở toàn diện phía sau cô.

Đáng lẽ Võ Đề điểm vào yếu huyệt sau gáy Nữ Bạch Y để kết thúc trận đấu, nhưng vì thương tình, nên nhân lúc nữ nhân đang bối rối, Võ Đề vỗ nhẹ vào vai cô xong uốn mình lộn ngược hai vòng trên không nhẹ nhàng hạ mình xuống đất.

Dưới ánh nắng rụt rè của buổi hừng đông, sắc mặt Nữ Bạch Y đỏ bừng, đầy cuồng nộ. Nghĩ đối thủ có ý khinh thường mình. nữ nhân giận dữ vận công xuất chiêu, dùng trảo công trong thế "song thủ ngũ hành" đánh ụp xuống đầu, cùng lúc tay kia chúm lại thọc vào mạng sườn đối thủ. Nhưng đó chỉ là hư chiêu nhử Vô Ảnh Cước lo chống đỡ không chú ý để hở bụng. Chớp ngay cơ hội Nữ Bạch Y lao cả hai chân đá thốc vào hạ bộ của Vô Ảnh Cước. Ai dính miếng ác hiểm này, không vong mạng cũng bị tàn phế một đời.

Hối hả lùi lại ba bước liền, gương mặt Võ Đề chợt tái đi không ngờ Nữ Bạch Y lại có lối đánh hiểm hóc phi thường như thế. Trông mảnh mai như hoa xuân vừa hé nhưng thân pháp và nội lực của nữ nhân quả là có hỏa hầu đáng nể.

Gió vẫn thổi mang theo cái tinh khiết của buổi sớm mai. Lúc này cả hai người như hai pho tượng đứng lặng giữa đồng lau. Họ đang ở tư thế cầm cự, đảo mắt tìm chỗ sơ hở của đối thủ. Lúc ngọn gió vô tình quẹt ngọn lau bạc đầu vào mắt Võ Đề, đúng lúc Nữ Bạch Y xuất chiêu. Không may cho Võ Đề, lúc anh hấp tấp lùi lại, đưa tay dụi mắt, gót chân vướng phải đám sậy khô nằm ngổn ngang trên mặt đất làm anh mất thăng bằng. Cái thế hạ phong của một võ sĩ là loạng choạng. Chỉ chờ có thế, Nữ Bạch Y, với ý chí quyết thắng vụt lao tới dùng thế chiến lược liên hoàn đánh tới tấp vào ngực Vô Ảnh Cước, bồi thêm cú đấm vào bụng, xong lẹ làng chuyển mình xoay ngang thúc cùi chỏ vào thái dương, cuối cùng cô phóng lên song phi vào mạng sườn. Dính liên tiếp mấy đòn ác liệt, Võ Đề say xẩm mặt mày, loạng choạng gập mình xuống. Không để đối thủ kịp đứng vững, Nữ Bạch Y liền lùi lại hai bước, hét lên một tiếng thị oai phóng tới, bay lên kẹp cổ quật Vô Ảnh Cước ngã sóng soài trên mặt đất. Để kết thúc trận đấu, nữ nhân lẹ làng chồm lên ngồi đè lên ngực Vô Ảnh Cước, một tay chấn ngay ức, năm ngón tay vuốt nhọn kia sẵn sàng thọc sâu vào yết hầu, nếu Vô Ảnh Cước vùng vẫy kháng cự.

Ngót 40 năm đằng đẵng trôi qua, Võ Đề không làm sao quên được trận đấu để đời. Những buổi chiều hôm trên biển, Võ Đề thường ngồi trước biển để nhớ những năm tháng tuổi trẻ ông đã có những khoảnh khắc đáng nhớ khi bại dưới tay một nữ quyền vương Bình Định. Đến nay, Băng Tâm Song Cước Nữ Bạch Y vẫn bặt vô âm tín. Nhưng vết sẹo lưu lại một lằn mờ trên má trái của ông vẫn mãi mãi là một kỷ niệm. Võ Đề nhớ nhất vẫn là đôi mắt với sức hút ghê gớm của người thiếu nữ. Từ ánh mắt đổ lửa phóng thẳng xuống mặt kẻ chiến bại chuyển dần qua ánh mắt xanh thẳm sáng dịu dàng làm Vô Ảnh Cước phải sững sờ.

Nhiều đêm giựt mình thức giấc, Võ Đề vẫn ngơ ngác như thấy giải lụa hồng đào và mái tóc đen láy vẫn phất phơ bay trong đời ông. Và với đường cong mỹ miều mà trời đất ban tặng riêng cho Nữ Bạch Y vẫn mãi mãi ngồi đè lên hồn đời của Vô Ảnh Cước.

CÚ ĐÁ TRỜI SẬP

Hồi nhỏ ông Phan Văn Tôi đã sớm xa nhà thì em của ông, thằng Lộc, mới chừng 3, 4 tuổi. Tưởng mình đi rồi về ai dè một đi không trở lại. Tới khi hai anh em gặp lại nhau nơi xứ người thì thằng Lộc đã có gia đình con cái đùm đề. Điều ngạc nhiên là nó cũng võ nghệ dàn trời như ông thời trai tráng. Có điều so với nó thì hồi xưa ông chỉ là võ sĩ hạng ruồi muỗi; còn thằng Lộc, thằng Phan Văn Lộc với cú đá thôi, cũng đủ liệt nó vào hạng cao thủ.

Khi biết hồi xưa ông anh mình lẹt quẹt ba ngón võ ruồi võ muỗi, thằng Lộc cười cười chìa ra tấm hình kèm theo cái video clip biểu diễn cú đá thần sầu quỷ khóc (quỷ khốc thần hào) của nó. Phải nói cú đá ác liệt của thằng Phan Văn Lộc, không riêng gì cột gẫy, tường xiêu, mà lỡ nó có đá trúng… Trời thì Trời cũng sập.
Thằng Lộc làm cho ông Tôi nhớ lại ba bốn chục năm trước, cái thời dụng võ của Phan Văn Tôi, tên cha sanh mẹ đẻ đặt cho ông.

Hồi đó, dưới thời Pháp thuộc, Phan Văn Tôi đã có nghề. Hỏi nghề gì? Tôi thưa, nghề văn và nghề võ. Nghề văn thì chẳng ăn nhậu gì ở đây, ngoài võ nghệ. Chuyện như vầy:

Võ sư Mười Đẹt, bà con bên ngoại của Phan Văn Tôi, một ông thầy võ Bình Định lang thang vô Nam thấy Tôi có căn cơ con nhà võ bèn lôi cổ ra dạy công phu quyền cước. Hồi đó Tôi thấy người ta võ nghệ trùm thiên hạ; còn võ như Tôi học cho có. Ngặt một nỗi tiếng tăm võ sư Mười Đẹt nổi như cồn nên môn đồ Phan Văn Tôi bị vạ lây. Vạ đây là cái vạ trời ơi đất hỡi. Nghĩa là bị võ sinh các lò võ từ Sài Gòn, Chợ Lớn lan ra tới Phan Thiết, Quy Nhơn, Bình Định đều ra chiếu thư khiêu chiến. (Sau này mới biết sư phụ Mười Đẹt chơi khăm lập kế khích tướng võ lâm quần hào thách đấu với môn đồ của ông).

Không biết Phan Văn Tôi sinh ra để thành võ sĩ tay ngang hay chàng họ Phan gặp hên đánh đâu thắng đó. Thật ra chàng võ sĩ bá vơ này chỉ thắng mười một trận, thủ huề một trận, còn thua thì cho tới ngày nay đầu bạc, răng long, mắt mờ, thân mỏi, võ sĩ họ Phan về già vẫn cứ nhớ hoài, nhớ mãi, nhớ đời.

Một buổi trưa hè, chàng thanh niên lực lưỡng Phan Văn Tôi đang loay hoay sửa tấm vách ván nhà bị đối thủ đá sập trong một trận thách đấu thì một cô gái lạ mặt xuất hiện ngoài cổng, cao tiếng: "Ông Tôi! Ông Tôi có nhà không?". Nghe giọng lảnh lót, lấc xấc mà nẫu nẹt, Tôi đoán là người ngoài Trung vô. Lúc này võ sư Mười Đẹt đã trở về Bình Định.

Ngạc nhiên Tôi ra mở cổng thì thấy một cô gái đôi mươi, xinh xắn trong chiếc áo dài lụa trắng chìa cho Tôi một phong bì rồi chẳng nói chẳng rằng quay lưng bỏ đi ngay. Cầm bì thư mà chàng Phan cứ ngẩn ngơ ra mặt. Đời Tôi chưa từng thấy con nhà võ nào xinh đẹp mà phong độ đến vậy. Trên gương mặt trái xoan sáng như trăng rằm, vắt ngang cặp chân mày rậm rịt, mi thanh phủ xuống đôi mắt đen lay láy, to, dài, đầy tự tin và sáng đến lạnh người.

Vô nhà mở thư ra đúng như Tôi đoán, lại là thư thách đấu. Tuy nhiên, từ ngày dụng võ, võ sĩ Phan Văn Tôi chưa từng đấu với bất cứ nữ đối thủ nào. Xưa nay chàng họ Phan không có lệ thượng cẳng tay hạ cẳng chưn với đờn bà, con gái. Đây là lần đầu tiên trong đời Phan Văn Tôi bị phái yếu khiêu chiến đã tỏ ra lúng túng, tiến thoái lưỡng nan. Tiến thì không biết phải vận dụng bao nhiêu thành công lực để ăn thua; còn thoái thì suốt đời sẽ bị thiên hạ cười chê, mang tiếng hèn nhát.

Cuối cùng, Phan Văn Tôi quyết định tới điểm hẹn đúng ngày giờ với lá thư thách đấu để trong túi. Năm giờ sáng, trời còn mờ hơi sương, Tôi lặng lẽ dắt xe đạp ra khỏi cổng, đạp từ từ hướng về huyện Bình Chánh ở ven đô. Đã lâu rồi Tôi mới có dịp trở về miền xuôi thở hít không khí trong lành khiến chàng võ sĩ cảm thấy phấn chấn tinh thần.

Tôi đạp xe dọc theo sông Chợ Đệm tới chỗ có hai ngã rẽ một xuôi về kinh Đôi, một tới cầu kinh A. Dừng xe đạp trên đầu cầu kinh A, theo trong thư chỉ dẫn, Tôi nhìn về phía trái thấy xa xa giữa cánh đồng lau sậy có một cây bần đơn độc nhô lên. Đó là điểm hẹn của nữ đối thủ. Đảo mắt nhìn quanh, Tôi nhíu mày thầm nghĩ có lẽ cô gái vô Nam sống ở vùng quê này đã lâu nên cô mới biết rõ địa hình địa vật ở đây. Khẽ lắc đầu, Tôi nhắm ngọn cây bần men theo lối mòn đi lần tới mà lòng không vui cũng không buồn, không lo lắng cũng chẳng toan tính gì. Băng qua vùng đất thấp, Tôi vừa tới điểm hẹn thì trời lất phất mưa.

Đảo mắt nhìn quanh họ Phan chợt cười thầm. Nữ đối thủ của Tôi quả là khéo chọn địa điểm lý tưởng nằm khuất giữa đầm cỏ lau trắng phếu, có la hét, cầu cứu cách mấy cũng không ai lai vãng mà nghe. Đặc biệt, bông bần trắng đầu hè điểm sắc tím đỏ rưng rưng trên ngọn cây vô tình trở thành "nhân chứng thầm lặng" cho trận quyết đấu.

Trong tiếng mưa rơi rả rích, sau gốc bần già một cô gái lặng lẽ bước ra. Đó là nữ đối thủ của chàng võ sĩ họ Phan. Lần này cô mặc nguyên bộ đồ võ màu đen, tóc chít khăn nhiễu lam, lưng thắt đai trắng viền đỏ của võ phái Bình Định. Lặng nhìn đối thủ, Tôi nhận thấy ngoài vẻ đẹp thần tiên, tuy phong thái khoan hòa song lộ rõ thần uy, vẻ chững chạc chính tông con nhà võ.
Đang ngẩn ngơ trước vẻ đẹp thoát trần của cô gái lạ mặt, Tôi chợt giựt mình khi nghe cô cất tiếng trong trẻo, ấm mà chắc nịch:

- Chào ông Tôi.

Tôi ấp úng:

- Chào cô.
- Cám ơn ông đã không lỡ hẹn.
- Dà… Không có gì.

Rõ ràng cô gái không muốn nhiều lời, Tôi vừa dứt tiếng cô lạnh lùng tiến tới một cách thận trọng. Có lẽ nữ đối thủ biết Tôi cũng không phải tay vừa nên cô không tỏ ra hấp tấp. Hơn nữa cả hai đều xuất thân cùng môn phái võ thuật Bình Định nên chẳng lạ gì nhau. Tuy nhiên, khi Tôi ra đòn thì cô gái hóa giải dễ dàng. Ngược lại Tôi không cản được những chiêu thức linh hoạt, thần tốc của đối thủ nên Tôi thường phải hứng chịu những đòn thế gây sây sát và loạng choạng mấy phen.

Nhận thấy dùng quyền cước Bình Định trước một võ sĩ Bình Định không mang lại kết quả nên Tôi chuyển qua quyền thái Muay Thái, là môn võ thuật cổ truyền của Thái Lan. Muay Thái tập trung tấn công bằng những cú đá, cùi chỏ, lên gối, nắm đấm nên bộ giò luôn xoay chuyển.

Nhận thấy từ lúc xáp trận, cô gái thường né tránh không cho địch thủ áp sát nên lần này Tôi tìm cách sát cận. Vừa di chuyển vòng tròn Tôi vừa thu hẹp khoảng cách. Khi cách cô gái vừa tầm, Tôi bất thần xoay mình 360 độ đánh tạt ngang vào bả vai nhưng không ngờ lại đánh trúng ngực khiến cô gái loạng choạng lùi lại. Bàn tay không hề cố ý của Phan Văn Tôi vừa chạm phải một vật vừa mềm vừa phập phồng săn chắc khiến Tôi hốt hoảng nhảy dựng lên, thoái bộ năm bước liền.

Nhìn xuống ngực thấy một vết nham nhở vấy bẩn trên áo, sắc mặt cô gái đỏ bừng. Trợn mắt nhìn Tôi, cô khẽ rít lên: "Ông dám…" Nói đoạn cô thủ bộ, vận sức vào tay, không chần chừ, thân hình linh hoạt chớp một cái đã vọt lên, lao tới. Khi cách đối phương khoảng hơn một thước, từ trên không, cô dùng thế liên hoàn cước xoay mình đá thốc vào ngực Tôi, cùng lúc tạt thêm một cú vào mặt như trời giáng. Bị trúng một lúc hai đòn hiểm Tôi hự lên một tiếng, sặc máu mũi, ôm mặt lảo đảo té ngửa trên mặt đất bùn. Không đợi địch thủ kịp đứng lên, cô gái sấn tới, dận đầu gối vào bọng đái, cùi chỏ chấn ngang cổ họng địch thủ, móng vuốt giơ cao sẵn sàng chụp xuống mặt nếu Tôi vùng vẫy chống cự.

Nằm thúc thủ dưới đầu gối của cặp đùi săn chắc mà thon dài, Phan Văn Tôi muốn nghẹt thở, song chàng võ sĩ họ Phan vừa đưa mắt nhìn lên đã thất thần trước đôi mắt vời vợi trùng dương từ một sinh thể thiên thần phả xuống khiến Tôi đờ đẫn hết đường cựa quậy.

Kể như địch thủ bị đo ván, nữ võ sĩ Bình Định chớp mắt, lặng lẽ đứng lên phủi áo xoay lưng rời khỏi đấu trường. Nhưng đi chưa được chục bước cô nghe sau lưng mình có tiếng tằng hắng. Ngó lại thì thấy võ sĩ Tôi, mặt mày méo xệch nhưng vẫn đứng ở thế thủ, sẵn sàng tiếp chiến.

Lúc đó, không khí bỗng trở nên yên lặng kỳ lạ. Yên lặng đến nghe cả tiếng thở nặng nề của hai đối thủ và cả tiếng gió thoảng qua. Nghĩ lại ban đầu Tôi có ý nhân nhượng trước đối thủ thuộc phái yếu, nhưng sau những lần thất thế trước uy dũng của đối phương buộc Tôi thay đổi chiến thuật. Nghệ thuật của chiến thuật là ép đối thủ đánh theo ý của mình.

Tuy nhiên, võ sĩ Tôi gặp phải một địch thủ quá lợi hại, dầy dạn chiến đấu, thừa khôn ngoan nên khi tới vừa tầm, Tôi đá tạt ngang đã để hở phần dưới. Chỉ chờ có thế, cô gái ngồi thụp xuống, nhanh nhẹn thọc một cú đấm vào hạ bộ địch thủ. Bị đấm trúng ngay chỗ hiểm Tôi thấy mắt nổ đom đóm, u ớ rên lên, hai tay bụm hạ bộ đau đớn ngã vật xuống đất oằn oại một lúc rồi nhắm nghiền mắt, nằm bất động.

Không biết nằm co quắp dưới đất bao lâu, nhưng khi võ sĩ Phan Văn Tôi tỉnh dậy thì mưa đã tạnh và thấy lờ mờ hình bóng cô gái khoác chiếc áo măng-tô (manteau) trắng chấm gót, đứng cách đó không xa. Thì ra trong lúc võ sĩ Tôi nằm bất động trên cỏ, lòng nhân của cô không nỡ bỏ đi vì lỡ địch thủ có mệnh hệ gì cô sẽ ân hận cả đời. Chờ Tôi chống tay ngồi dậy, cô mới yên tâm quay lưng bỏ đi ngay.

Thời gian vẫn thản nhiên trôi như nước qua cầu. Mái đầu xanh của võ sĩ Phan Văn Tôi nay đã ngả màu, chòm râu đen cũng luốm nhuốm bạc. Thân hình vạm vỡ, bắp thịt săn chắc, gân guốc cuồn cuộn ngày nào nay đã rùn xuống, mềm đi, lụi dần theo tuế nguyệt. Coi lại cái video clip với cú đá trời sập của thằng em, thằng Phan Văn Lộc, ông Tôi lại khẽ thở dài.

Nhướng cặp mắt lờ mờ nhìn sắc thu vàng hoe ngoài cửa sổ, ông Phan Văn Tôi lại nhớ quê nhà xa cách đã hơn nửa đời người. Rồi ông lại nhớ sư phụ Mười Đẹt, nhớ những trận đấu võ năm xưa, nhớ nữ đối thủ thiên thần, không những đã đánh bại ông bằng võ nghệ mà còn bằng cả đôi mắt thăm thẳm màu xanh núi, biêng biếc màu trùng dương. Cứ mỗi lần nhớ ông lại thấm thía mấy câu ca dao đến nao lòng:

Bần gie, bần ngả, bần quỳ
Cảm thương thân phận chia ly thêm buồn.
...
Bần gie đóm đậu tối hù
Thương nhau đừng để oán thù cho nhau.

THU NƯƠNG

Ông Tạng di cư vào Nam năm 1954, cư ngụ tại khu Rau Xanh, cách Ban Mê Thuột khoảng 15 km về hướng Tây dãy Trường Sơn. Ông Tạng vốn là người đa năng, tháo vát và có kiến thức nên chẳng bao lâu lên làm thôn trưởng. Tôi quen biết ông trong một dịp tôi theo phái đoàn thông tấn xã Việt Nam từ Sài Gòn lên Ban Mê Thuột, vô các làng xã tìm hiểu đời sống cư dân miền Bắc sinh sống tại Châu Sơn, Hòa Bình, Duy Hòa, Kim Châu Phát và khu Rau Xanh. Khi phái đoàn ra về, bất ngờ ông Tạng hẹn tôi ngày mai trở lại sẽ kể riêng cho tôi nghe câu chuyện mà ông hứa hẹn là một đề tài hấp dẫn.

Hôm sau tôi mượn chiếc xe đạp của người bà con lộc cộc đạp trở vô khu Rau Xanh. Tại nhà ông Tạng tôi được ông đãi một bữa ăn gồm toàn những đặc sản Cao Bằng, quê ông, mà tôi chưa từng thưởng thức. Các món ăn lạ mắt lạ tai như phở chua, bò gác bếp (thế bằng thịt nai), xôi trái trâm, bánh trứng kiến (làm từ bột nếp, trứng kiến đen và lá vã) và bánh khảo tráng miệng. Đặc biệt, rượu ngô thơm ngon đậm đà tăng thêm phần hứng khởi cho bữa tiệc. Sau vài tuần rượu, thôn trưởng Tạng nhập đề:

"Tôi là Vũ Văn Tạng sanh tại Cao Bằng, Bắc Việt. Cha tôi người Tày làm ruộng ở Bắc Kạn, mẹ người

Tuyên Quang. Khi trở thành gia thất, bố mẹ tôi lên Cao Bằng lập nghiệp, hai năm sau mới sanh ra tôi. Năm 1954, tôi 20 tuổi, theo bố mẹ di cư vào Nam, chọn khu Rau Xanh, như anh đã biết, làm đất sống. Hàng ngày Tạng tôi phụ giúp bố mẹ trồng tỉa các loại hoa mầu, tới mùa thu hoạch bán các rau quả tươi cho mối lái chở ra chợ bán, làm kế sinh nhai.

Không bao lâu, bố mẹ lần lượt qua đời, Tạng tôi trơ trọi một mình, không vợ con, xoay qua làm nghề gõ đầu trẻ tại gia. Thời mới nhập cư khu Rau Xanh chưa có điện, phải thắp đèn dầu. Mỗi tối chấm bài vở xong tôi thường ngồi đọc sách, viết lách bên cạnh cửa sổ chắn song thưa".

Mời tôi cạn thêm chung rượu, gắp miếng bò gác bếp đưa cay, giọng trầm trầm ông Tạng từ tốn rào đón:

"Tôi xin nói trước với anh ký giả là chuyện tôi kể ra đây không dính líu gì tới chuyện ma quái của ông Bồ Tùng Linh bên Tàu cả. Mặc dù tôi chưa từng đọc truyện của ông Bồ nhưng người ta nói Liêu Trai Chí Dị là truyện hư cấu; còn tôi, cam đoan với anh ký giả là chuyện của tôi có thật một trăm phần trăm". Ngừng một chút ông Tạng nói tiếp:

Một hôm, đang chăm chú đọc báo, tự nhiên Tạng tôi cảm thấy ớn xương sống, cảm giác như có ai ở ngoài sân đang quan sát mình. Lúc ngước lên hồ như tôi thấy một cô gái mặc áo chùng trắng, tuổi độ đôi tám, tóc xõa dài xuống chân thoáng hiện bên ngoài cửa sổ, chớp mắt cô biến mất ngay. Tôi nghĩ mình thường thức khuya mệt mỏi dễ sinh ra ảo giác nên thổi tắt đèn đi ngủ. Hai ba hôm sau, trời vừa chạng vạng tối, tôi lại mơ hồ thấy có bóng người thiếu nữ áo trắng chập chờn đứng trong vườn chuối sau nhà nhìn vào. Dụi mắt nhìn kỹ tôi lại chẳng thấy gì ngoài đêm đen và gió thổi như tru.

Đêm hôm sau cô gái lại xuất hiện. Lần này Tạng tôi biết chắc không phải ảo giác. Sanh nghi. nhưng tôi giả đò đọc sách như không hay biết gì, nhưng trong đầu đã có chủ ý. Chờ cô gái tiến sát bên cửa sổ tôi vội tông cửa chạy vụt ra thì cô gái, như có ma lực, đẩy cô chạy như bay về cuối thôn nghèo. Tôi đứng lại nhìn chiếc áo chùng trắng và mái tóc dài bay phất phới trong gió mà ngẩn ngơ. Tôi có cảm tưởng như hai chân cô không chạm mặt đất.

Đêm tôi nằm nghĩ lung về người thiếu nữ mà tôi chưa từng gặp bao giờ. Tôi không biết cô là con cái nhà ai mà nửa đêm nửa hôm một mình cả gan đi lang thang ngoài đường ngoài xá như thế. Dù sao, đất Rau Xanh của chúng tôi xưa nay vẫn yên ổn, dân Rau Xanh chúng tôi chưa từng xẩy ra bất kỳ biến cố hay hiện tượng lạ nào. Hơn nữa, vào mùa trăng trai gái hay hò hẹn trong đêm, cô có lang thang đâu đó cũng là chuyện thường tình.

Lâu ngày chày tháng không thấy cô trở lại, tôi bận dạy học nên dần dà quên đi. Nhưng một hôm trăng vừa nhú trên đầu ngọn tre, cô gái áo chùng trắng bất ngờ lại xuất hiện làm tôi giật mình. Tôi không biết cô đứng bên cửa sổ từ bao giờ. Trong ánh đèn lờ mờ hắt ra bên ngoài tôi không nhìn rõ gương mặt nhưng đôi mắt của cô làm tôi sợ hãi. Tôi không dám nhìn vào đôi mắt ấy, nhưng như bị cô thôi miên buộc tôi phải nhìn sững. Đôi mắt nâu non đẹp tuyệt trần nhưng trời ơi sao mà buồn thăm thẳm. Có thể nói tất cả những nỗi buồn thê thiết nhất trên trần gian lao khổ này đều đổ dồn vào đôi mắt của cô, đôi mắt sáng dịu dàng mà xa xăm u uẩn đầy cam chịu. Cuối cùng tôi cố sức tỉnh hồn đứng dậy định ra mời khách vào nhà cho phải phép thì cô dợm bước đi ngay.

Hôm sau và nhiều hôm sau nữa tôi cố ý chờ cô gái trở lại nhưng chỉ hoài công. Cô biến mất như cơn gió, như giọt bụi. Có điều kỳ lạ là từ đó đêm nào tôi cũng nằm mộng thấy mình giao hoan với cô. Tuổi trẻ sức voi ôm ấp nhau suốt hai tuần lễ tôi bắt đầu cảm thấy kiệt sức. Soi mình xuống mặt nước ao tôi nhìn tôi tiều tụy.

Đúng lúc đó, nghe tiếng "A di đà Phật" tôi giật mình ngước lên thì thấy một nhà sư áo vàng đi khất thực. Tôi vô cùng ngạc nhiên, vì dân Rau Xanh chúng tôi từ ngày lập ấp đến nay đều là những con chiên ngoan đạo, chưa từng thấy bất kỳ một biểu tượng nào khác ngoài hình ảnh Đức Mẹ Hằng Sống. Dù thế, tôi vẫn chạy vô nhà lấy thức ăn mang ra cúng dường. Vừa đặt gói xôi trâm vào bình bát, tôi nghe nhà sư khẽ nói: "Mô Phật. Thí chủ mình đầy tà khí". Nói xong nhà sư cúi đầu thi lễ rồi khoan thai bước đi.

Từ lúc vị khất sĩ xuất hiện đến lúc bước đi, tôi như người mất hồn, ú ớ không thốt được lời nào. Cái ngũ uẩn: hình hài, cảm giác, tri giác, tâm tư và nhận thức của Tạng tôi như chết cứng. Đúng lúc đó tôi nghe trong tai mình có tiếng thì thầm như truyền âm nhập mật làm tôi vô cùng kinh hãi.

"Thí chủ nên để đèn khi đi ngủ. Thấy đèn sáng, cô gái tên Thu Nương không dám vô xâm hại thí chủ. Thu Nương là con gái của ông bà phán Học ở cuối thôn Rau Xanh. Thí chủ cũng nên bỏ chút thì giờ quí báu đến đó sẽ biết được sự thật. Lúc đó bần đạo tin rằng thí chủ sẽ được gạn lọc thân tâm, vượt thắng mọi tà hạnh, kiến chấp".

Thưa anh ký giả. Anh có biết "cuối thôn Rau Xanh" là ở đâu không. Đó là nghĩa trang của dân Rau Xanh chúng tôi. Mồ mả không nhiều nên vừa đến đó tôi nhận ra ngay. Ánh mắt vời vợi của Thu Nương lồng trong tấm bia xi-măng đã từng ám ảnh tôi suốt mấy canh trường. Tôi run rẩy quị xuống trước ngôi mộ Thu Nương, nằm cạnh hai ngôi mộ của song thân cô. Tất cả đều đơn sơ, hao mòn theo bóng thiều quang anh ạ..."

Thưa bạn đọc, chuyện của ông Vũ Văn Tạng chỉ có thế. Sau khi lược lại lời kể tôi viết thành truyện đem đăng báo. Nửa năm sau tôi mới có dịp lên Ban Mê Thuột vô Rau Xanh thăm lại ông bạn già năm xưa của tôi tiện thể tặng ông tờ báo có đăng bài viết Thu Nương. Nhưng mà tạo hóa khéo trêu ngươi. Ông Vũ Văn Tạng bị rắn hoa mai cắn chết bên miệng giếng cạnh bụi tre la ngà đã hai tháng trước. Tôi ý tứ hỏi thăm thì không một ai biết ông Tạng từng bị ma ám. Tôi cũng không biết tình cờ hay hữu ý, mộ của ông Tạng lại được chôn cạnh mộ của Thu Nương. Người chết mới được hai tháng nên đất còn tươi, cỏ vẫn xanh bên cạnh những ngôi mộ đìu hiu, lạnh giá.

Chuyện này xẩy ra cách đây ngót 63 năm.

LỒNG ĐÈN ĐẦU LÂU

truyện dã sử

Năm 40 sau Công nguyên, nho sĩ Đặng Thiên Nho là bạn ấu thời của Dương Công. Nhưng ngược với Dương Công vạm vỡ, khỏe mạnh, thích võ nghệ, ăn ngay nói thẳng chẳng kiêng nể ai hay nịnh bợ ai, thì Thiên Nho lại gầy guộc, thâm trầm, ưa đọc kinh thư, chọn núi rừng tiêu dao cùng cỏ cây, hoa lá.

Tuy nhiên, năm 40, đất nước Giao Chỉ bị nhà Đông Hán, Trung Hoa cai trị ngày càng hà khắc, bạo ngược khiến dân Nam lầm than, oán thán. Là nho sinh yêu nước họ Đặng xuống núi hợp với Đô Dương, Phùng Thị Chính, Lê Đình Lượng giỏi việc quân, cùng nhân dân theo giúp Lạc tướng Phong Châu Dương Công nổi lên chống giặc ngoại xâm.

Lực lượng của Dương Công tuy có chí dũng song với vũ khí thô sơ dao bầu gậy bẫy không thể chống nổi thiên binh vạn mã của Thái thú Tô Định. Rốt cuộc, phe Dương công thua chạy tới Tử Khê lần lượt chết dưới đao của Tô Định, số còn lại bị bắt sống trong đó có Lạc tướng Dương Công, Lê Đình Lượng và mười một nghĩa sĩ, trừ nữ tướng Phùng Thị Chính chạy thoát về Phong Châu.

Riêng Đặng Thiên Nho vừa chạy vào hẻm núi Tuần Sơn, thì bất ngờ bị một tên Tàu ô từ trong bụi nhảy vọt ra thọc mũi thương vào ngực Thiên Nho. Nhưng thật may, lúc nghiêng mình né tránh mũi thương chí mạng, tuy thoát chết nhưng Nho trợt chân té nhũi xuống khe đá sâu, bất tỉnh nhân sự.

Lúc tỉnh dậy Thiên Nho bò lên tới miệng vực thì cuộc chiến đã chìm trong im lặng. Trận địa đầy mùi tử khí, khắp nơi la liệt những xác người; có xác nằm sấp, nằm ngửa, có xác cụt đầu, cụt cả chân tay, có xác phanh thây, banh ngực, thủng bụng, lòi ruột…

Trời vẫn mưa sùi sụt, nhưng mưa không đủ sức rửa sạch vết tích của con người. Máu hào kiệt không những nhuộm đỏ cả mặt đất bùn mà sắc đỏ kỳ diệu của máu cũng không ngớt thấm đỏ những trang sử hào hùng của nước Việt.

Đứng trước sự bại vong Đặng Thiên Nho bỗng thấy mình trở thành nhỏ bé hẳn đi. Khi Thiên Nho loạng choạng bước qua những xác chết rách bươm của đồng đội ông bị rối loạn nhưng lập tức ông trụ hình và nhận thức được sự hy sinh của những vĩ nhân áo vải đạm bạc trong tư tưởng và lối sống đã mang lại cho ông những suy tư hầu để lại cho lớp người sau thấy rõ những giây phút hạnh phúc và khổ đau lẫn sự thất bại và thành công lịch sử của dân tộc mình.

Trong ánh chiều nhập nhoạng Đặng Thiên Nho lầm lũi đi về phía huyện lỵ Châu Vi.

Đó là ngày 11 tháng 12 năm 40, trời giá lạnh và ẩm ướt. Buổi sáng hôm ấy, Thái thú Giao Chỉ, tức Tô Định, một hung thần ác sát, ngồi chễm chệ trên chiếc ghế mây, vẻ mặt vô cùng hả hê, hắn vừa la hét vừa giơ cả hai bàn tay chai sạn chém gió về phía mười ba nghĩa sĩ đang quì dưới đất, hai cánh tay bị trói quặt sau lưng. Đứng đằng sau các nghĩa sĩ là ba đao phủ hắc y tay cầm đại đao sáng loáng.

Để phô trương sức mạnh và đe dọa nhân dân, tên Thái thú bắt dân làng tụ tập quanh chợ huyện để xem cuộc hành quyết. Trên bãi đất nâu nhòe nhoẹt bùn sình, chúng đặt ba tấm thớt cắt từ cây đại thụ to và nặng. Mặc dù đã được rửa sạch nhưng mặt tấm thớt thấm máu lâu ngày đã trở nên thâm xỉn. Trà trộn giữa đám đông đang cúi đầu câm lặng, Đặng Thiên Nho cũng cúi đầu im lặng. Không một hơi thở mạnh, không một tiếng xì xào. Họ cúi đầu xuống như một hình thức cư tang cũng là để tiễn biệt mười ba nghĩa sĩ anh hùng.

Giờ hành quyết diễn ra bằng những nhát đao man rợ vung lên chém phập xuống, những cái đầu lìa khỏi cổ, máu phun ra thành vòi nhuộm đỏ cả vạt đất lầy lội nước mưa.

Lạc tướng Dương Công là người cuối cùng bị chặt đầu. Rõ ràng tên Thái thú sài lang cố tình uy hiếp tinh thần Lạc tướng Phong Châu. Nhưng với tinh thần yêu nước, Dương Công tràn đầy sinh lực, ông ưỡn ngực, ngước mặt lên trời, cười nhạt, coi cái chết nhẹ tợ lông hồng. Không những thế, Dương Công còn lớn tiếng mắng nhiếc tên Thái thú bằng những lời lẽ khinh miệt.

Bị lăng nhục, tên Tàu phù nổi giận điên cuồng đứng phắt dậy rút đao hét bộ hạ:

- Bịt mồm nó lại! Ghìm đầu nó xuống!

Đích thân Tô Định chặt đầu Dương Công. Chém tới ba nhát đầu lâu của Dương Công mới lìa khỏi cổ. Cái đầu rơi xuống đất không úp mặt mà ngửa lên trời, hai con mắt vẫn mở trừng trừng, môi vẫn còn mấp máy.

Thủ cấp của Dương Công và các nghĩa sĩ bị bêu giữa huyện lỵ Châu Vi thuộc địa phận Nại Tử suốt một tuần để răn đe quần chúng. Đặng Thiên Nho vốn là người điềm tĩnh, trầm tư và rất thận trọng. Lúc trở lại bãi chợ, Nho nén tiếng thở dài, rảo bước ngang qua cây đa mà không ngừng lại, sợ người khác sanh nghi. Nhưng đi được một quãng xa ông cảm thấy như có ai níu rịt lấy chân mình.

Đứng cách không xa sau gốc cây muỗm, định thần nhìn kỹ Nho chợt giựt mình thấy dẫy đầu lâu treo lủng lẳng trên cây lúc này trông như những chiếc lồng đèn kỳ dị. Có đầu lâu mắt nhắm nghiền, có cái mắt trợn ngược, mồm há hốc. Tóc của mười ba cái đầu thê thảm bị túm ngược lên, cột chặt vào cành đa đã biến dạng, da bầm tím, teo tóp lại, máu vấn cục trở màu thâm đen.

Sự hy sinh của mười ba nghĩa sĩ Giao Chỉ đầy khí tiết và quả cảm khiến cho bầu trời Nại Tử trở nên xám xịt, mưa suốt ngày đêm thấm vào lòng đất, thấm vào lòng dân Giao Chỉ, vào trang sử Việt.

Chuyện kể trên xẩy ra từ bốn ngàn năm trước cho thấy lịch sử chống ngoại xâm của Đại Việt rất oai hùng, nhưng vì thân phận nhược tiểu đã dẫn đến sự bại vong.

Sau này những sử gia không thấy ai đề cập đến số phận của nho sĩ Đặng Thiên Nho. Riêng bà Phùng Thị Chính, sử sách ghi chép về bà bằng những dòng chữ đẹp như khắc trên đá nhằm minh chứng và chia sẻ cái uy vũ của nữ tướng nội thị họ Phùng, cánh tay mặt của Hai Bà Trưng.

Nhìn chung, mười ba chiếc lồng đèn đầu lâu chặt từ thân mình của mười ba nghĩa sĩ huyện Châu Vi làm rung chuyển cả non sông, cả trời đất, và lay động cả những trang sử oai hùng của toàn dân Đại Việt. Đã bốn ngàn năm trôi qua, người ta vẫn còn nghe tiếng ca não nùng của lịch sử kể lại những trận đánh bằng giáo mác để lại thây người, đầu người, máu đổ thịt rơi và cả triều chính thất trận thảy đều nhảy xuống sông tự trầm, sự tự trầm đầy hào hùng, thơ mộng và lôi cuốn.

AMAI B'LAN, NƯỚC MẮT CỦA RỪNG

Amai B'Lan là bút hiệu của một cô giáo từng dạy học thiện nguyện ở miền cao. Cô còn rất trẻ và dù chỉ dạy một quãng thời gian ngắn tại một buôn làng heo hút của miền Thượng du nhưng cũng đủ để cô thực hiện được ước mơ nhỏ bé của mình là viết ra tập bút ký mang một cái tên hết sức "miền Thượng": *Nước Mắt Của Rừng* (*).

Đọc Nước Mắt Của Rừng, người đọc dễ nhận thấy ngay Amai B'lan viết về Tây nguyên với biết bao thiện chí chân thành như viết về cuộc đời mình: "*Tôi mê cao nguyên không đơn thuần chỉ vì vẻ đẹp trinh khôi của nó, mà còn vì trong chuyến đi mạo hiểm đầu đời, tôi được những con người tốt bụng của cao nguyên đùm bọc khi sa cơ lỡ bước. Giờ đây, tôi muốn làm một cái gì đó cho vùng đất đáng yêu này.*"

Tuổi 18 là lứa tuổi đẹp như bông hoa vươn lên quãng trời xanh bát ngát mà cũng là một lứa tuổi đầy lý tưởng, tuổi của phiêu lưu mạo hiểm từ trong máu. Đoạn cô tả cảnh thân gái dặm trường, một mình đạp xe đi từ Di Linh lên tận Kontum ròng rã suốt một tháng trời với biết bao may rủi dọc đường mưa nắng, đói khát, mệt mỏi… đủ thấy cô có duyên có nợ từ kiếp nào với cao nguyên đến trời đất cũng phải kinh động.

Với Amai B'Lan, Tây nguyên nói chung hay Cheo Reo, Phú Bổn, Ayunpa, Krông Pa nói riêng là quê hương đất nước, là buôn làng, mà cũng là chỗ dựa tinh thần của cô. Chỉ cần một không gian nhỏ bé là vùng đất hẻo lánh của Ayunpa và một quãng thời gian ngắn ngủi thôi cũng đủ *sinh* ra Amai B'Lan, đủ để tạo nên số phận cô, duyên nợ cô, con người và cuộc đời cô. Chính cuộc sống nội tâm đã thúc đẩy cô hướng về phía núi, nên qua một hoạt động mục vụ của nhà thờ cô tìm thấy niềm vui trong công việc dạy học để giúp cho các em người Jrai học tốt hơn, dạy cho các em biết phân biệt tốt xấu để tránh bị người đời lừa đảo.

Amai B'Lan đến với người Jrai hoàn toàn không mang theo hoài bão của con người thời đại, như cô nhỏ nhẹ phân trần *"Không dám có ước muốn tìm hiểu một dân tộc thẳm sâu và lạ lùng trong quãng thời gian ngắn như thế"*. Nhưng sâu trong một tâm hồn hiền hòa, chất phác như nương rẫy, Amai B'Lan đến với Tây nguyên bằng tinh thần thiện chí, bằng hơi thở, bằng nhớ thương, bằng nỗi ám ảnh trước cảnh đời không như cô mơ ước, người đọc mới cảm nhận tự đáy lòng cô dâng lên những gợn sóng u hoài. Chúng ta hãy nghe Amai B'Lan diễn tả tâm trạng này: "*Tôi đã tới nơi cần tới sau nhiều ngày mơ tưởng về thủ phủ của người Jrai, về vùng đất của Potao Apui, về những căn nhà sàn đêm đêm bập bùng ánh lửa kể akhan, về một dân tộc có đời sống tâm linh vô cùng sâu sắc, nhưng sao cảm giác trong tôi thật lạ, có gì đó như là tan vỡ."*

Đọc Amai B'Lan, ta thường gặp những lời trần tình biểu hiện lòng biết ơn vô lượng những con người miền cao, cũng như cô bộc lô nhận thức một loại triết lý trăn trở, cảm thông về cuộc đời con người đã mất đất, mất cả chủ quyền. Chia sẽ nỗi trầm luân của người bản địa, Amai B'Lan thổ lộ: "*Người Jrai đã từng là chủ vùng đất này (tên Gia Lai đọc từ chữ "Jrai" mà ra). Tổ tiên họ đã sống và đã chết ở đây. Họ có cách sống và văn hóa của riêng họ... Trên đầu họ là bầu trời tự do. Dưới chân họ là đất rừng linh thiêng. Họ sống như thế biết bao thế hệ. Mọi chuyện cứ diễn ra như thuở ban đầu cho tới khi người Kinh tới."*

Chính vì thế mà xuyên qua Nước Mắt Của Rừng, ta thấy cuộc sống của đồng bào miền núi đã bị đồng hóa vào đời sống thành thị đầy hỗn tạp, tục lụy, méo mó, chao đảo, ngụy tạo. Sau cơn bão thời thế, những cái đẹp, những cái bình dị, mộc mạc của con người thuần lương, cái hoang dại nên thơ, cái hào hùng cao cả… đã bị thay thế bằng những cái bi thương, những cái thấp hèn dung tục, cái ác tâm, ác tính. Rõ ràng là bầu không khí thiêng liêng và bí ẩn nằm sâu trong bản chất cuộc sống như biểu tượng tâm hồn dân tộc của đồng bào thiểu số đã hoàn toàn đảo lộn từ gốc rễ.

Tôi xa quê lâu rồi, có hơn nửa đời người chưa từng trở lại nên thầm tiếc cho cái khố thân yêu của người đàn ông Thượng và cái xà-gạc trên vai, hay cái eng truyền thống của người đàn bà Thượng với cái gùi trên lưng có còn theo họ lên rừng lên rẫy, ra chợ búa hay không. Còn những biểu tượng muôn thuở của đại ngàn như cái ná, cái tên, cái tù và có còn treo trên vách nứa? Còn nữa, con chim ông lão, con chim kơ-tia hay con chim ka-lơi có còn… tức tiếng hót của con chim hoàng anh mà hót vang trên rừng trên núi, và cả cái nai, cái hoẵng dễ gì tồn tại trên nương rẫy thân thương?

Đọc Nước Mắt Của Rừng, người đọc mới xót xa, hoài cảm vì giữa cuộc sống hiện đại đã mọc lên những hàng quán café, quán nhậu, cửa hàng điện thoại và các dịch vụ khác, người đọc không còn tìm thấy nhiều dấu vết hiền hòa, êm ả của buôn làng, không còn bếp lửa nhà sàn ấm áp, không còn tiếng chầy giã gạo ngoài sân, không còn tiếng mõ trâu, không cả những lũy tre làng vươn lên xanh ngát, có những chiếc lá tre rơi trong hiu hiu gió về. Amai B'Lan hết sức chua chát: "*Người ta đã thay nhà sàn bằng nhà xây, vật dụng trong nhà cũng là của người Kinh. Giới trẻ thay cái váy truyền thống bằng quần jeans bó sát. Ở một góc của buôn, đàn ông tụ tập gầy sòng bạc, uống rượu và chửi tục. Người trong buôn nói: "Người Jrai bây giờ đã biết học theo người Kinh rồi. Con gái Jrai đã biết làm đĩ còn con trai đã biết ăn cắp rồi.*" Chính những ấn tượng nặng nề đó đã ám ảnh Amai B'Lan, làm tâm hồn cô nghiêng xuống nỗi đau trước những nền tảng đạo đức lâu đời đã làm con người băng hoại.

Amai B'Lan, với tâm hồn hoài cổ luôn luôn nuối tiếc quá khứ, thiết tha với con người cũ, yêu mến mảnh đất thiên nhiên màu mỡ của núi của rừng. Chính vì lẽ đó, mang tâm trạng của nghệ sĩ với tất cả rung cảm chân thành, cô đã hết lòng làm cho rừng núi và những con người hoang dã này sống lại trong văn chương miền cao.

Nhìn họ qua những trang giấy trắng, mực đen, người đọc còn có thể "chạm" vào quá khứ để gặp lại một vị thừa sai người Pháp đáng kính trọng là cha Jacques Dournes, người đã hy sinh một đời của mình để mang tình thương Thiên Chúa đến cho những người Thượng hoang sơ, điêu đứng khổ cực, áo quần lam lũ, ánh mắt thì xa xăm. Cũng xuyên qua những trang văn này, ta cũng có thể chuyện trò thân thiết với những con người thông tục như Moai, Ama H'siu, Ami H'siu, Ơi H'hiam, chị H'nhao, bé H'mái… hoặc người già làng đại diện cho ý chí và quyền lực của cộng đồng sắc tộc, ngay cả những nhân vật tâm linh Potao nước (Thủy Xá), Potao lửa (Hỏa Xá)… là những con người sinh ra từ cuộc sống sơn lâm huyền bí.

Nhưng mà con người Amai B'Lan cũng lạ lắm. Lạ ở cái chỗ, bằng cái giọng cảm khái thâm trầm, cô đang rưng rưng kể cho chúng ta nghe về những nỗi buồn mênh mông trước cái thế thái nhân tình, rồi đột ngột như một thứ lịch sử sang trang, ta lại gặp, lại nghe cái giọng cà tửng như đùa cợt của cô, khi cô săng sái lên giọng kể về cách sống hòa mình với người bản địa. Hãy lật lại những trang đầu mà coi. Amai B'Lan đã để cho ngòi bút của mình hồn nhiên, thơ thới vẽ nên những con người một thời thuộc về hoang sơ rừng rú làm cho người đọc cảm giác rằng mọi vấn đề của đời sống miền núi vẫn cứ như xưa, sinh sống trong yên bình, tự tại.

Nhà văn trẻ tuổi của chúng ta sầu đời, giận đời, thương đời nhưng không căm hận cuộc đời. Là vì cái vẻ đẹp nhân bản của Amai B'Lan trong Nước Mắt Của Rừng chứa đựng một triết lý thuần khiết mà nồng nàn, thấm đượm một tinh thần lạc quan của phương Đông. Mặc dù cuộc sống hiện nay đã khiến cho mọi vẻ đẹp về tình người của người Jrai bị hao mòn, nhưng chính cái thiện mỹ của cô, dựa trên nền tảng lấy niềm tin hăm hở soi vào vùng hiu hắt nhất, tăm tối nhất để tạo cho sức sống con người một bộ mặt tươi sáng hơn, đáng yêu hơn.

Nước Mắt Của Rừng là tập bút ký đầu tay của Amai B'lan, qua đó, cô đã vẽ lại một bức tranh phong phú, vừa hoang dại nên thơ vừa khơi dậy một sức sống tiềm tàng của những người con của núi rừng đại ngàn mà tổ tiên của họ đã từng dũng cảm tranh đấu với thiên nhiên và thú dữ, bón vào lòng đất xương máu của mình để hình thành một Tây nguyên mênh mông, hùng vĩ như ngày nay. Chính vì thế, Amai B'Lan sống giữa nền văn minh cơ khí hiện đại, giữa ánh sáng phù phiếm của đô thị đầy vật chất cám dỗ vẫn không chi phối tâm hồn cô. Ở Amai B'Lan, suốt một dẫy cao nguyên hùng vĩ đã được ngòi bút của cô khoanh lại thành một vùng đất hiu quạnh, nhỏ bé mang tên Ayunpa. Ở đó, đất pha cát mọc lên những chóp núi, những cụm rừng, những mái nhà cũ kỹ và những con người Jrai thật thà, chất phác bên cạnh những truyền thuyết, huyền thoại, sử thi, chuyện cổ tích dân gian vô cùng phong phú từ hình thể tới màu sắc.

Tập bút ký được chia ra nhiều tiểu đoạn, nhưng mỗi tiểu đoạn lại là một chuỗi tiếp nối như một bức phác họa bằng tư tưởng nghệ thuật đầy màu sắc và âm điệu, thể hiện niềm đam mê sáng tạo của tác giả mô tả nhiệt tình về cuộc đời, về tình thương, về con người du canh du cư vì thời thế mà trôi theo dòng đời phù vân, tụ tán, dở dang , luôn luôn mất mát, thua thiệt trước những "Yuăn", những âm mưu toan tính của những loại người ác tính ác tâm.

Đọc Nước Mắt Của Rừng quả là có nhiều niềm vui, nỗi buồn như chính dòng đời trôi nổi những buồn vui, nhưng sáng tác của Amai B'Lan có tâm huyết tự sự bằng chữ nghĩa, đã thả trên trang giấy một thứ tình yêu da diết dành riêng cho những con người từng đến rồi đi, sống và chết trong niềm tự hào được làm người với ý nghĩa đích thực của nó.

BẦU Ở RỪNG

Từ ngày sinh ra cho tới bây giờ, thủy chung tôi và núi rừng vẫn là bè bạn. Thuở còn có nhau, ban ngày chúng tôi vẫn thường gặp nhau, đi lại thăm hỏi nhau, gối tay, gác chân lên bụng nhau. Ban đêm tôi ngủ, núi rừng thì muôn đời thức trắng.

Cuối thập niên 1940, buổi sáng mở cửa ra thấy rừng, thấy núi vẫn còn nguyên sơ. Hoang dã mà hiền hòa, xa xôi mà gần gũi. Thuở ấy cho tới lớn lên sau này, rừng núi đã dạy và ban cho tôi nhiều điều. Từ đời xưa người Thượng đã có văn hóa. Mà văn hóa theo tự điển Pháp Việt tôi học hồi nhỏ có nghĩa là vun trồng. Tiếng Latin nghĩa gốc của chữ văn hóa là sự trồng trọt, chăn nuôi, cây cấy. Nói rõ ra từ xưa một cụm thiên nhiên hoang dã của đại ngàn đã được con người thuần hóa mà biến thành văn hóa. Điều đó chứng tỏ văn hóa không phải tự nhiên mà có, mà có từ cộng đồng làng qua bao thế hệ đã vun trồng nên. Ngày nay văn hóa bao quát hơn gồm cả văn học, nghệ thuật, thể thao, tín ngưỡng, đời sống v.v...

Nói đến văn hóa Cao Nguyên miền Thượng là nói đến cồng, chiêng, trống, khèn, khố, yêng, đua voi, lễ hội, dân ca, các điệu múa dân tộc, cả sử thi, trường ca Đam San, Đam Noi, Khinh Dú, Xing Nhã, Dông Dư...

là những thiên anh hùng ca, một loại văn hóa được thiết lập trên cơ bản triết lý sáng tạo bởi một nhóm người dày công qua từng đời sống mà thành - thật giản dị, mộc mạc, thật kỳ lạ nhưng hào hùng. Ngoài ra, rừng núi còn cho tôi thịt và cây ăn trái. Rừng cho tôi cái nai, cái hoẵng. Núi cho cào cào, châu chấu, dế. Và đất cho tôi *bầu.*

Bầu là một loại thực vật có nhiều hình dáng khác nhau. Bầu dài hoặc tròn hoặc bầu thắt eo, còn gọi là bầu nậm, bầu hồ lô. Người Kinh trồng bầu để ăn chớ không dùng bầu nậm để đựng nước như người Thượng. Hồi nhỏ theo ba má vô buôn làng thấy người Thượng uống nước đựng trong những trái bầu thắt eo, vỏ lên nước đen xì làm con mắt trẻ con như tôi vừa ngạc nhiên, vừa tò mò thích thú. Về sau mới biết: đợi bầu già, thắt eo mới hái xuống cắt bỏ cuốn và một phần đầu rồi đem phơi nắng cho khô lớp thịt bên trong, xong móc hết ruột ra cho thật sạch, đem hơ lửa, lăn đều cho đến khi vỏ bầu đen kịn là ta có thể dùng đựng nước, đựng rượu. Nắp bầu thì lấy lá chuối khô cuốn tròn thật chặt, thật gọn, cắm vào miệng trái bầu, đố hạt bụi nào chui lọt vô. Đó là một trong hàng trăm thứ "gia dụng" thô sơ của núi rừng.

Có lẽ vì nhà quê không hiểu biết nhiều về dân ca miền Thượng, nên tôi không nghe họ hoặc người nào hát về bầu bí ngoài ca dao tục ngữ của ông bà ta truyền tụng:

- Râu tôm nấu với ruột bầu
Chồng chan vợ húp gật đầu khen ngon

- Bầu ơi thương lấy bí cùng
Tuy rằng khác giống nhưng chung một giàn

- Ở bầu thì tròn. Ở ống thì dài

Tôi sinh ra ở núi rừng, lớn lên dưới hình thù một người lính, tôi đi vào chiến trường cũng ở rừng ở núi. Tôi nhớ hoài có lần sau trận đánh vào mùa khô, tất cả những bình toong của các đồng đội còn sống sót đều cạn nước, trừ trái bầu nậm nhỏ xíu của anh khinh binh Êđê còn sót lại vài ngụm. Định bụng mỗi người... liếm một chút nước trên nắp bầu cho đỡ khát để lấy sức vượt tới điểm hẹn cho kịp giờ thì trời mưa. Sự trung thực của Núi và lòng từ bi của Rừng in đậm nét ở những giọt mưa lúc chúng tôi gần như kiệt quệ.

Vậy đó. Vậy mà sau ngày mất nước tôi đi tù, rồi vượt biên. Đến nay đã quá nửa đời người tôi vẫn chưa lần nào trở lại quê nhà, hỏi ai mà không nhớ! Nghe nói rừng bây giờ đã bị tàn phá đến từng tấc đất và bị bauxite hóa đến thảm thương. Tất cả từ nhà sàn cho đến đời sống của các dân tộc thiểu số đã hoàn toàn bị Kinh hóa. Đàn ông Thượng không còn mặc khố. Đàn bà Thượng không còn mặc yêng (váy).

Hãy nghe Amai B'Lan trong cuốn bút ký Nước Mắt Của Rừng than van đến hết sức chua chát: "*Người ta đã thay nhà sàn bằng nhà xây, vật dụng trong nhà cũng là của người Kinh. Giới trẻ thay cái váy truyền thống bằng quần jeans bó sát. Ở một góc của buôn, đàn ông tụ tập gầy sòng bạc, uống rượu và chửi tục. Người trong buôn nói: "Người Jrai bây giờ đã biết học theo người Kinh rồi. Con gái Jrai đã biết làm đĩ còn con trai đã biết ăn cắp rồi.*".

Trước nền tảng đạo đức lâu đời đã làm băng hoại con người miền núi đến như thế hỏi ai còn ưu thời mẫn thế mà không "cau mặt với tang thương". Nhưng còn những trái bầu thắt eo của tôi bây giờ mọc ở đâu? Mặc dù lâu rồi tôi không còn nghe ai nói tới, nhưng hình dáng những trái bầu nậm eo vẫn thắt, đít vẫn tròn trịa, lông tơ vẫn mịn màng, tươi tốt, vẫn lủng lẳng treo trong hồn tôi.

SUỐI MU-RI

Bài viết này nhằm nhắc nhớ về kỷ niệm tên một con suối tại Ban Mê Thuột mà tôi được biết qua e-mail của một số cựu học sinh Trung học BMT và Lasan đã vô tình gọi sai tên suối là "BU-RI, BU-GI hoặc MOURI" thay vì "MAURY", (tạm đọc là MU-RI), đã có từ thập niên 1930.

Tôi viết bài này ngoài kỷ niệm sâu đậm với con suối, còn tạm coi như là một "tham khảo ngắn" nhằm dẫn chứng và trình bày dựa trên các tài liệu thâu thập từ sách vở cũng như nói chuyện trực tiếp với các nhân chứng liên quan tới lịch sử con suối mang tên MU-RI.

Tựa đề tuy ngắn gọn, lạ tai, có chút trừu trượng, lãng mạn nhưng mang tính nhân bản nhằm nhắc nhớ, gợi lại, kêu gọi mọi người, không vì chính kiến hay không vì một ai, riêng ai, hãy vì một địa danh, một tên suối trong lòng thị trấn Ban Mê Thuột của chúng ta đã có gần 85 năm tuổi mà "xin gọi đúng tên người".

Bài viết có thể rất tầm thường đối với bậc thức giả, nhưng vì muốn tìm cách "nói lại cho đúng" tên suối của một người đã khuất nên nếu có gì sơ sót mong quí vị lượng thứ và chỉ bảo giùm để tôi có dịp trau dồi thêm tri thức.

Kỷ Niệm

Ban Mê Thuột là chốn của núi cao, rừng rậm, sông sâu, hồ rộng, thác ghềnh và suối. Đặc biệt là những con suối. Giữa thập niên 40-50, anh em chúng tôi lớn lên theo từng con suối chảy qua thị xã này. Nước suối muôn đời vẫn trôi đi, nhưng những kỷ niệm với suối thì ở lại, đọng lại trong tâm trí chẳng hề phôi phai. Khi hai anh em xếp bút nghiên bước vào đời cầm súng đánh giặc thì ông anh yểu mệnh đã hy sinh ngoài mặt trận vào mùa hè đỏ lửa 1972; còn lại tôi, sau ngày mất nước, đã âm thầm mang theo hồn những con suối không bao giờ quên tên mà lưu lạc nơi xứ lạ quê người. Ban Mê Thuột có bao nhiêu con suối, anh em tôi và mấy thằng bạn cùng lớp tiểu học và những ngày tháng đầu bậc trung học hầu hết đều… nhúng chân xuống hoặc đã lội qua.

Gần nhất là suối Bác Su Tấn trên đường Quang Trung đổ dốc dẫn xuống am bà Roger mà chúng tôi hay gọi là bà Oré. Gọi là suối Bác Su Tấn vì nhà ở ngay đầu suối. Từ đó lội về hướng Tây Nam trường Y Yut, hoặc từ trên đầu dốc nhà ông bà Tôn Thất Hối, ngó chéo qua bungalow (dinh Bảo Đại), thả lài xuống là gặp suối Đốc Học. Suối Đốc Học nhiều phen chúng tôi câu được vài ba con cá rô, cá lóc, cá tràu bông mà con lớn nhất chỉ bằng hai ngón cái chụm lại. Cũng con suối đầy kỷ niệm này, những buổi trưa hè, chúng tôi thường tung tăng bơi lội.

Ngoài ra, chúng tôi cũng từng in dấu chân dưới suối Bà Sành, gần bệnh viện thị, nối liền suối Bà Hoàng và suối Xanh phía Đông Bắc đền Bắc Lệ. Gọi là suối Xanh vì rong và những cánh bèo li ti phủ xanh rờn trên mặt nước. Còn một con suối nữa khó mà quên là suối Nhà Đèn. Ngay từ đập Nhà Đèn thác nước đổ dài xuống dọc theo các ghềnh đá non cây số là gặp một trũng nước sâu. Trên ghềnh đá sức nước ngày đêm không ngừng đổ xuống tạo thành tiếng ì ầm làm quang cảnh rừng rú lúc đó càng thêm hoang dã. Chính cái Thác Nhà Đèn này những thân hình nhỏ bé chúng tôi đã chí cha chí chát lao xuống tung tăng bơi lội mà chẳng hề biết nguy hiểm là gì. Cho tới ngày thằng "Tý khùng" ham vui nhập bọn đi tắm chẳng may chết đuối ba ngày sau vớt xác lên thì cá rỉa mất hai con mắt. Từ đó chúng tôi không ai rủ ai tự động rút lui không trở lại một lần nào nữa.

Cuối cùng là suối Maury mà hồi xưa cả hai bên nội ngoại nhóc tì chúng tôi đều quen miệng gọi là suối Mu-ri. So với những con suối kể trên thì năm 1935 suối Mu-ri có danh xưng đầu tiên trong lịch sử khẩn hoang miền Thượng Cao Nguyên Daklak. Giống như Thác Nhà Đèn, suối Mu-ri cũng có chỗ sâu ngập đầu; mùa mưa nước dâng cao, chảy xiết, ngầu đục. Nhưng dù mưa hay nắng, con suối này vẫn ít khi vắng mặt lũ trẻ chúng tôi.

Nếu so với những con suối chảy qua thị xã thì suối Mu-ri gần buôn Alê A phải nói là ngập ngụa những dấu tích và những tiếng cười đùa vang dội trong không gian một thời của lũ trẻ con ưa nghịch ngợm, phá phách và mạo hiểm là chúng tôi. Một điều thật thú vị là sau khi tắm xong chúng tôi có tật hay chui vô bụi rậm ngồi… ỉa giấc. Cái câu "Thứ nhất là đỗ Thủ khoa. Thứ nhì vợ đẹp, thứ ba ỉa đồng" thật chí lý. Sau đó trên đường về ngang qua đồn điền cà phê Maury chúng tôi hay hái trộm trái cà phê chín cây mọc sát hàng rào chùi sơ sịa là ăn ngon lành. Cạnh đó có trại bò (và trâu) ông Maury nuôi lấy sữa. Tôi nhớ có lần chơi nghịch ngồi trên lưng trâu thình lình bị thằng chăn trâu vỗ mạnh vào mông khiến con vật giựt mình phóng tới làm tôi bật ngửa té lăn cù mèo. Nghe đồn hồi xưa Ban Mê Thuột nổi tiếng có nhiều ma, như ma xó, ma da, ma đuốc, ma Tây mang giày săn đá đi "ba-trui, ắt ơ (un, deux)" cả đêm, nhưng nhất là *ma lai rút ruột*. Ban ngày ma là Mán, Nùng, Mèo gì đó, khác với người thường là cần cổ có ba ngấn dấu kín phía sau ót. Ban đêm tự mình rút ruột ra bay là là trên mặt đất đi kiếm phân người để ăn. Người nào bị chúng ăn trúng phân thì người đó bị thúi ruột mà chết. Nhưng ma lai rất sợ bị sóc ruột chết hồn không thể trở về nhập vào xác mình trước khi gà gáy sáng. Ông già bà cả kể tiếng hú của nó nghe mà rởn tóc gáy. Vì vậy mà lũ trẻ chúng tôi ị bậy xong hay lấy lá cây phủ lên rồi cắm cây que xuyên qua hoặc bẻ hai cây que sắp thành hình chữ X để trên mặt lá là phơi phới ra về, yên tâm khỏi bị ma lai rút ruột.

THAM KHẢO

Dưới đây là những dẫn chứng và trình bày căn cứ trên các tài liệu thâu thập qua sách vở cũng như dựa theo lời kể của các nhân chứng liên quan đến nhân vật mang tên Jean Maury (sanh năm 1892 tại Pháp). Các nhân chứng không ai khác ngoài em vợ, em rể và các con ruột của ông bà hiện sống tại hải ngoại. Tuy nhiên để bài viết có tinh thần độc lập, vô tư, người viết mạn phép lượt bỏ các chi tiết không cần thiết và những phần không tiện viết xuống, đúc kết thành một bài có đặc tính tham khảo.

Theo sách Sử Địa từ trước thế kỷ XIX tỉnh lỵ Banmêthuột đã thuộc lãnh thổ Việt Nam, nhưng chưa được triều đình nhà Nguyễn thực tâm để ý, vì vậy chưa có nền hành chánh tại đây.

Sau khi người Pháp đô hộ Việt Nam, đến năm 1923 tỉnh Daklak (người Pháp gọi là Darlac) mới được thành lập. Viên công sứ đầu tiên của tỉnh là Sabatier *(1)*. Ngay sau khi nhậm chức, viên công sứ này đã có ý đồ "làm vua một cõi" nên cấm không cho người Kinh lên tỉnh lập nghiệp, mặt khác ngăn chận các nhà tư bản Pháp lên lập đồn điền.

Năm 1930, sau khi vận động thuyên chuyển viên công sứ Sabatier đi nơi khác, các nhà tư bản Pháp lên Ban Mê Thuột khai thác đồn điền cà phê và trồng cây cao su. Thời kỳ này, người Kinh muốn lên lập nghiệp đều gặp nhiều khó khăn về thủ tục giấy tờ.

Ngày nay, ở cây số 25 đi Phước An đồn điền cà phê bạt ngàn dọc hai bên đường, xưa là của ông Roger. Cũng trên Quốc lộ 21 cây số 47 là đồn điền của ông Maricain (vì cụt một chân nên ông hay dùng ngựa để di chuyển). Còn ông Nicolas lại khai thác đồn điền gần suối ông Phán Lạc (tức tỉnh trưởng người Thượng tên Y Sái thuở đó) nay gần hồ Piscine dưới khu Trần Hưng Đạo. Riêng ông Jean Maury, sau khi khẩn hoang hằng trăm mẫu đất ở Buôn Tur; riêng ở đầu dốc cây số 1, ông cho cất một dinh thự bề thế (kiểu nhà sàn bằng gỗ, hai đầu nhà đều có cầu thang đi lên) xong ông kinh doanh nhà hàng, mở phòng ngủ, phát triển đồn điền cà phê và trại chăn nuôi gia súc. Các cơ sở này đều mang cùng một tên Maury. Trong vùng đất ông Maury khai phá, phía dưới lũng hướng Đông Nam có một con suối, người Thượng làm công cho ông đã lấy tên ông đặt tên cho con suối, tức là suối Maury.

Năm 1936, ông Hồ Tống Hàm ngoài Huế vô lên Ban Mê Thuột làm bồi bếp cho nhà hàng Maury. Sau đó ông trở về Huế chịu tang ông anh Hồ Tống Huy, quan thất phẩm dưới triều vua Khải Định, bị bệnh qua đời. Lúc trở lại Ban Mê Thuột ông dẫn theo cháu gái Hồ Thị Thơm *(2)* lên làm ăn sinh sống, sau này giới thiệu người cháu cho ông Maury. Năm 1940 họ trở thành vợ chồng sanh được 3 trai, 1 gái *(3)*. Năm 55 – 62, ba người con trai lần lượt sang Pháp ăn học cho tới ngày nay.

Năm 1945, có nhiều cuộc chính biến từ phía Cộng sản Bắc Việt, thời thế thay đổi gây bất lợi cho người Pháp, ông Jean Maury trở về cố quốc, nhưng vẫn đi về giữa hai nước. Năm 59 – 60, ông bỏ đồn điền 450 mẫu ở Buôn Tur vì tình hình an ninh. Sau đêm Noel 1959 ông Maury bị bệnh ngồi xe lăn trở về Pháp cho tới ngày ông qua đời. Tất cả sản nghiệp của ông đều giao lại cho ông Hồ Tống Hàm nhưng ông này từ chối vì bận khai thác nhà thầu thực phẩm ở Pleiku nên ông bà Võ Ngọc Huấn tiếp nhận và cai quản cho tới ngày biến cố tháng Tư 1975 *(4)* . Ngày 01-09-1965, ông Jean Maury qua đời tại nguyên quán Talant, gần Dijon, nước Pháp.

Tôi bỏ nước ra đi tới nay gần 40 năm chưa lần nào trở về nơi sinh quán nên không biết đích thực cơ ngơi của ông Jean Maury mất còn ra sao *(5)*. Riêng ngôi nhà từ đường của giòng họ Hồ ở làng Hương Cần, Huế do ông bỏ tiền ra xây cất đến nay vẫn tồn tại như một loại di tích. Đời tôi chưa từng bước chân ra tới Huế, chẳng biết gì về quê ngoại, nhưng có nhìn thấy ngôi từ đường rêu phong cổ kính này trong băng video của Má tôi về thăm làng năm 2002 không lâu.

Ông Jean Maury tuy qua đời đã gần 57 năm nay, và nước mất gần 40 năm rồi, nhưng suối Maury muôn đời vẫn còn đó, vẫn âm thầm chảy qua thị trấn và chảy mãi trong lòng những ai từng sống chết một thời với thị trấn mang biệt danh bất hủ: Bụi Mù Trời, Buồn Muôn Thuở.

CHÚ THÍCH:

(1). Hồi nhỏ tôi có đọc cuốn "Truyện Tập Đọc" bằng tranh mà tôi còn nhớ ngoài bìa màu gạch nung, chữ đen, trang trong mỗi bài đều có tranh hí họa tương ứng với nội dung bài viết. Như bài "Bịt Mắt Bắt Dê, Rồng Rắn, Cột Pháo Đuôi Dê v.v...". Nhất là bài "Thằng Còm" mà đã gần 70 năm rồi tôi vẫn còn thuộc nằm lòng, vì hồi đó tôi cũng còm nhom còm nhách.

"Thằng Còm. Còm thất thểu. Bên vệ đường. Gầy trơ xương. Như que củi. Trông thằng Còm. Thật thảm hại. Ai Đi Qua. Cũng ái ngại."

Song song với việc học tiếng Việt tôi còn học thêm một mớ Pháp văn. Tối ngày cứ oang oang cái giọng trẻ con: Un, deux, trois... Rồi Le livre là cuốn sách; Le cahier là cuốn tập; Cartable là cái cặp táp; Lire là đọc; La vache qui ris là con bò cười hề hề; dễ nhớ nhất là chữ Le "Sabatier" là trái sabôchê (như ông chú tôi hồi đó học trường Sabatier dạy thêm cho) v.v...

Rồi hình như gần gần cuối năm lớp nhất trường Nguyễn Công Trứ tự nhiên con mắt tôi... sớm nhìn thấy các anh các chị áo trắng áo xanh cắp sách lên trường Trung học Nguyễn Trường Tộ (NTT) như Ba tôi cho biết làm tôi thèm quá xá quà xa. Thấy thằng con nít sớm biết mơ màng, cái ông chú "xà bát" của tôi cười cười thì thào rằng tên trường trước đó là Sabatier (ý chọc tức là trái sabôchê) làm thằng nhỏ cứ ấm ách hoài. Bộ hết tên hay sao lại lấy trái cây ra mà đặt tên trường? Nhưng rồi cái tên thơm tho ngọt bùi đó cũng chìm sâu trong trí tưởng của tôi tự hồi nào.

Năm 1960 ngồi nhấp nhỏm trong lớp Đệ thất trường Trung học BMT trong đầu tôi vẫn cứ tưởng tên trường là NTT. Học trò chúng tôi lúc đó có học thì chỉ học sử Việt chớ ai đâu mà tìm hiểu lịch sử nhà trường bao giờ. Nhưng học hành tài tử văn dốt vũ nát như tôi, sử Việt tôi còn mù trất nói chi tiểu sử trường mình.

Cũng năm đầu trung học đệ nhất cấp tôi bỏ Tây theo học chương trình Anh ngữ. Tới giờ thì trình độ Pháp văn của tôi chỉ còn nhớ độc nhất một từ Sabatier là... trái sabôchê mà thôi.

Năm 1998 ở Canada tôi có đọc tờ Diễn Đàn (?) bên Pháp trong đó có một bài viết về lịch sử trường Trung học BMT, kèm theo sơ đồ lịch sử nhà trường, nét vẽ rất đơn giản. Tôi có vẽ lại sơ đồ này trong cuốn sổ tay mà tôi biết chắc là nó còn lẩn quẩn đâu đó trong phòng sách hơn ba ngàn cuốn của tôi. Đại khái trên đầu là Trung Học Sanatier (1946-1955). Ở dưới bên trái là Trung học NTT (1955-...) Bên phải là Trung học Y jut (1955?-...) xuống nữa là Trung học BMT...

Khi viết một bài về Suối nguồn được chị NTN e-mail cho biết là tôi đã nhầm lẫn về cái tên khởi thủy của trường Trung học BMT làm tôi như mở cờ trong bụng. Tôi mừng thầm té ra tên đầu tiên của nhà trường không phải là tên "một thứ trái cây thực dân" mà là tên của một nhà ái quốc là Nguyễn Trường Tộ. Nhưng mà hình như chọn đúng tên người có đầu óc canh tân nên trường ta cứ theo thời gian mà đổi tên liền xì bốc!? Nhưng mà (lại nhưng) dẫu có đổi tên gì chăng nữa thì Trường vẫn mang danh của một trong những vị anh hùng nước Việt mà thôi.

(2) Tức Dì Ba Thơm, (sanh năm 1924), nguyên Nghị viên thành phố tỉnh Pleiku năm 1971-1972. Năm 1975, tôi đi học tập cải tạo thì dì trốn về Sài Gòn. Năm 1979 tôi vượt biên ra hải ngoại được tin dì mắc bệnh tim về BMT dưỡng bệnh. Lúc dì Thơm qua đời ngày 19.3.1981, một tay Má tôi an táng Dì tại Nghĩa địa

làng, gần Pháo Binh. Dì Ba Thơm là chị ruột của Má tôi.

(3) - Jean Maurice sanh năm 1942 tại Saint Martin Sépert, Pháp, qua VN sống với gia đình năm 1935, trở về Pháp năm 1962. Võ sư Võ Tự Do VN năm 1963 trước khi võ Kick Boxing và võ Thái Lan Boxinh du nhập VN năm 1975 và 1976. Hiện sống tại thành phố Pau, miền Nam nước Pháp.

- Jannne Maurce sanh năm 1944 tại Sài Gòn. Hiện ở tại Riom, cách Clairmont Ferrand 20 km, chồng 1 con.

- Jacques Maurice sanh năm 1947 tại Sài Gòn, giáo sư đại học, hiện ở Toulouse, vợ 1 con.

- Roger Maurice,sang năm 1949 tại Sài Gòn. Hiện là Bác sĩ ở Pau, vợ 2 con.

(4)- Năm 1981 bà Huấn qua đời tại VN. Năm sau gia đình ông Huấn được con cái ông Delors (người hùn vốn khai thác đồn điền với ông Maury) bảo lãnh sang Pháp. Cuối năm 1996 ông mất. Ông bà VNH có tất cả 12 người con. Hiện 6 người ở Pháp và Thụy Sĩ, 4 người ở Mỹ. Không kể VNN đã tử nạn ở VN trước 75.

(5) -Anh Nguyễn Trung Chính, tức nhà thơ Chinh Nguyên e-mail cho người viết biết: "Nhà tôi ở gần nhà ông Huấn nên rất gần suối Maury mà trước đây tôi vẫn

gọi là suối Bury! Nhà ông Maury xưa (ông Huấn) và vườn cà phê 15 mẫu chung quanh nhà đã bị phá hết để mọc lên những nóc nhà mới hỗn tạp, không trật tự tràn lan trong khu này! Tôi về năm 1990 đã kinh ngạc vì con đường phượng xưa từ đầu kho bạc qua ngôi nhà Nicolas giữa hai bên vườn cà phê để tới nhà ông Huấn và về nhà tôi đã thực sự biến mất…! và tôi đã bị ngỡ ngàng và lạc lối!"

- Còn anh Y Nuh Ktla (đạ mất) ở North Carolina cho biết: "Vườn cà phê sau nay thành Trung Học Hưng Đức và Nhà Thờ Quân Đội".

Về suối Maury anh nói:"Ea Tam phát nguồn từ buôn Ko Tam (tức cái đầu nguồn của buôn Tam), nằm trên đường số 10, Quốc lộ 21 đi Nha Trang. Sau đó chảy xuống Thác Nhà Đèn rồi tới buôn A Lê A. Tại đây con suối được mang tên Mouri (M). M là tên một người Tây có đồn điền cà phê, ngay phía trái chợ A Lê A. Từ đó tiếp tục chảy xuống cầu Ea Tam (tức cầu 14, nay gọi là Cầu Trắng) rồi lần lượt chảy qua Ea Knir, sông Krong Ana, sông Mêkông, sông Cửu Long ra biển".

Có điều, anh Y Nuh Ktla không biết ông Mu-ri (tức ông Jean Maury) là ông chồng Tây của dì tôi.

CÁC LOẠI NHẠC CỤ CỦA NGƯỜI ÊĐÊ

Nhạc cụ của người Êđê rất phong phú và đa dạng, luôn luôn gắn bó mật thiết với đời sống sinh hoạt văn hóa của cộng đồng qua các tập tục, lễ hội truyền thống cũng như thế giới tâm linh của dân tộc họ. Phần lớn các nhạc cụ được cấu tạo bằng những vật liệu thô sơ, mộc mạc có sẵn trong thiên nhiên như lá, tre, nứa, vỏ bầu, gỗ, sừng. Ngoài ra còn có những nhạc cụ làm bằng đồng như Cồng, Chiêng *(Goong Chinh),* Chụp chõa *(Hđang Hgơr),* Thông linh *(Ring Rơng),* Trống *(Hgơr)* bằng gỗ và da trâu, đàn đá ... Riêng trong khuôn khổ bài viết này, tôi chỉ nêu lên vài nhạc cụ của người Êđê mà trước 1975 tôi đã từng mắt thấy, tai nghe, tay chạm qua mà thôi.

1. Kèn lá

Kèn lá là nhạc cụ thổi rất phổ biến trong cộng đồng dân tộc thiểu số. Muốn thổi thì bứt ngay một chiếc lá còn tươi trên cây xuống, gấp đôi theo sóng lá, cắt phần cuống là có chiếc kèn lá giản di, đơn sơ.

2. Sáo

Người Êđê gọi ống sáo là Đing. Sáo của dân tộc thiểu số có nhiều loại như sáo chull thổi giữa thân ống tre, sáo alá thổi ở gần đầu ống tre, sáo hol và sáo pi thì thổi ở đầu ống. Trong buôn Ea Pok, Ban Mê Thuột tôi chỉ thấy sáo pi mà thôi.

Sáo pi làm bằng ống nứa dài khoảng 30cm, đường kính 2cm. Cả hai đầu đều kín. Đầu thổi được vạt xéo góc khoảng 45 độ, đặt lưỡi gà bằng nứa mỏng hoặc lá cây.

3.Tù Và

Tù Và cùng họ với kèn t'nốt và kèn t'diếp, làm bằng sừng trâu, sừng bò rừng hoặc sừng sơn dương. Một đầu (lớn) sừng rỗng. Đầu nhọn cắt bớt để thổi. Tù Và chỉ có một âm duy nhất, dùng để tập trung hiệu lệnh, đánh dấu ngày lễ xuống đồng, cũng như dùng để đuổi muông thú.

4. Kèn Dinh Duk

Kèn gồm 13 ống tre nhỏ khoảng 1cm. Ống ngắn khoảng 15cm, ống dài khoảng 80cm. Các ống tre đều dùi thủng cả hai đầu, xếp chung thành một bó. Mỗi ống có âm thanh khác nhau. Ống dài có âm trầm, ống ngắn âm sắc.

5. Kèn Đinh Năm

Đinh Năm thuộc nhạc cụ thổi hơi của người Êđê. Năm theo tiếng Êđê có nghĩa là 6, nên Đing Năm gồm 6 ống trúc ngắn, dài, xếp thành 2 bè, mỗi bè 3 ống. Trên 6 thân trúc khoét các lỗ cao thấp để tạo thành âm thanh xong cắm một đầu vào trái bầu khô. Cuống trái bầu là đầu thổi.

6. *Đinh Tak Ta*

Còn gọi là Kèn Bầu, làm từ một ống tre khoét ba lỗ, một đầu có lưỡi gà được gắn vào vỏ bầu. Âm thanh kèn bầu rất rộn rã nên thường được thổi vào buổi sáng sớm để đánh thức đồng bào trong buôn dậy lên rẫy.

7. Đinh Buôt

Còn gọi là Tiêu, là một loại sáo dọc làm bằng ống nứa, có 4 lỗ tạo thành 4 nốt khác nhau. Thổi ở đầu ống tre.

8. Khèn Mèo

Khèn Mèo chiếm một vị trí quan trong trong đời sống tinh thần của người M'nông. Họ thường sống dọc theo quốc lộ 21, 21 kép và quốc lộ 14. Vào khoảng tháng 8 năm 1966, có lần tôi theo Ba Má về Nha Trang nghỉ hè, xe qua khỏi Khánh Dương chừng 15km thì gặp một bản Mèo nằm ở phía đông nam sát quốc lộ 21, tôi chứng kiến một anh thanh niên M'nông đứng dựa gốc cây, hơi khum người say sưa thổi Khèn trông rất nghệ sĩ. Tiếng Khèn êm ả, du dương, trầm bổng, thắm thiết, nhè nhẹ như gió thoảng, nhưng có một ma lực quyến rũ, vang vọng và nồng nàn gợi lên bản sắc hoang sơ của núi rừng.

Cách cấu tạo Khèn trải qua nhiều giai đoạn rất công phu. Thân khèn làm bằng gỗ thông. Ống khèn làm bằng tre, gồm 6 ống lớn, nhỏ, dài, ngắn khác nhau, đặt song song trên thân khèn, trên mỗi ống đều có một lưỡi gà bằng đồng mài mỏng để tạo ra âm thanh trầm bổng.

Lấp 6 ống khèn vào thân khèn. Các ống tre đều được quấn chặt bằng dây gai.

9. Đàn T'rưng

Đàn T'rưng phát nguồn từ dàn đàn đá cổ xưa. Nhạc cụ này được tất cả các dân tộc miền Thượng sử dụng trong các hình thức sinh hoạt của đời sống. Đàn được làm bằng gỗ hoặc những ống nứa to, nhỏ, dài, ngắn khác nhau xếp theo thứ tự. Mỗi ống giữ nguyên một đầu mắt nứa; đầu kia vạt nhọn một góc. Tất cả các ống được buộc vào 2 sợi dây, xếp thành hàng ngang từ ống to, dài đến ống nhỏ, ngắn để tạo âm vực. Đàn T'rưng có từ 5 đến 18 ống xếp thành hàng trên giá đàn như chiếc võng. Dùng dùi gõ làm bằng 2 thanh gỗ hoặc khúc tre dài khoảng 20cm, phần đầu quấn vải gõ vào ống để tạo âm thanh êm tai hơn.

10. Đàn B'rố

Đàn B'rố do người Êđê chế tạo bằng những vật liệu từ trái bầu khô, tre, nứa, dây dừa, mật ong. Trên ống lồ ô dài khoảng 100cm, đường kính khoảng 7cm, mặt trước gắn một thanh dài gồm 3, 4 phím lõm, có hai dây đàn bằng sơ dừa căng dọc theo thanh phím, mặt sau gắn một trái bầu khô và hai trục để lên dây đàn.

Trước 1975, tôi có ghé vô buôn Ea Tam ở cây số năm thăm anh Y Ngo Kdam được anh cho đàn thử cây đàn B'rố giản dị này. Đàn chỉ dành cho con trai. Vì khi đàn anh ta ở trần úp trái bầu khô vào bụng, khi úp khi hở để tăng cường độ và tạo độ rung của âm thanh.

11. Đàn Goong

Hồi nhỏ theo ba má tôi vô đồn điền ông Nicholas chơi vừa thấy cây đàn goong đặt ở góc nhà là tôi... hết hồn. Hình thù cây đàn trông thật... quái dị. Sau này lớn lên tôi có tìm hiểu sơ về các loại nhạc cụ của người miền cao thì được biết đàn goong được cấu tạo bằng ba vật liệu: ống nứa, vỏ trái bầu và dây sắt. Ống nứa bào láng làm thân đàn dài khoảng 60cm, đường kính 3cm. Phía trên thân nứa được dùi 11 lỗ, cắm 11 trục bằng gỗ để lên dây. Phía dưới gắn một trái bầu khô. Phần dưới cùng có các rãnh nhỏ để mắc dây.

12. Cồng chiêng

Đối với đồng bào thiểu số, cồng (Knah) chiêng (Ching) là linh hồn của sự sống, là phương tiện giao tiếp với thần linh. Nói chung cồng chiêng là linh cụ gắn liền với đời sống vật chất lẫn tinh thần của người miền sơn cước. Bất cứ lễ hội nào, từ lễ mừng lúa mới, lễ ăn cơm mới, lễ đâm trâu, lễ bỏ mả đến lễ Mnăm Thun cầu cho gia đình mạnh khoẻ và làm ăn thịnh vượng v.v... đều không thể thiếu tiếng cồng, tiếng chiêng. Trong trường ca Đam San của người Êđê nói về cồng chiêng rất uy nghi, hùng tráng và sôi động:

"Đánh những cái chiêng kêu nhất, những chiêng ấm

nhất. Đánh cho chiêng lan ra khắp xứ. Đánh cho chiêng lan qua sàn, lan xuống dưới đất. Đánh cho vượt qua mái nhà vọng lên trời. Đánh cho khỉ trên cây cũng quên bám chặt vào cành đến ngã xuống đất. Đánh cho các âm hồn nghe cũng thôi làm hại người. Đánh cho chuột sóc cũng quên đào hang. Cho rắn cũng bò ra khỏi lỗ. Cho hươu nai phải đứng thinh mà nghe. Cho thỏ lắng tai không kịp ăn cỏ. Cho tất cả muôn vật chỉ còn có thể lắng tai mà nghe tiếng chiêng..."

Dàn cồng chiêng của người Thượng được Unesco công nhận là di sản văn hoá của thế giới.

Hồi nhỏ cứ cuối tuần lũ trẻ chúng tôi thường rủ nhau ra sân banh đá banh. Nhà ba má tôi gần trường Tiểu học Nguyễn Cộng Trứ, ra sân banh tôi thường đi ngang qua tiệm bán cồng chiêng trên đường Y Jut. Hồi đó trẻ con thường hay nghịch ngợm, hễ thấy cái chiêng nào đem phơi ngoài sân là chúng tôi lấy cây khỏ cho một cái rồi hè nhau bỏ chạy. Lớn lên tôi khá thắc mắc không biết các loại nhạc cụ miền núi này ở đâu mà người Thượng có. Vì tôi chưa từng thấy người Êđê đúc đồng bao giờ. Hỏi ông bạn Trung úy Y Julnié Ksor, ông cũng không biết, nhưng hỏi Cồng khác Chiêng ở chỗ nào thì ông giải thích rất rõ:

Cồng, chiêng là nhạc cụ dân tộc thuộc bộ gõ, hình tròn, làm bằng đồng thau. Cồng có cục u (hay núm) nhô lên ở chính giữa. Chiêng thì mặt phẳng, không núm.
Cồng chiêng được Unesco công nhận là di sản văn hóa của thế giới.

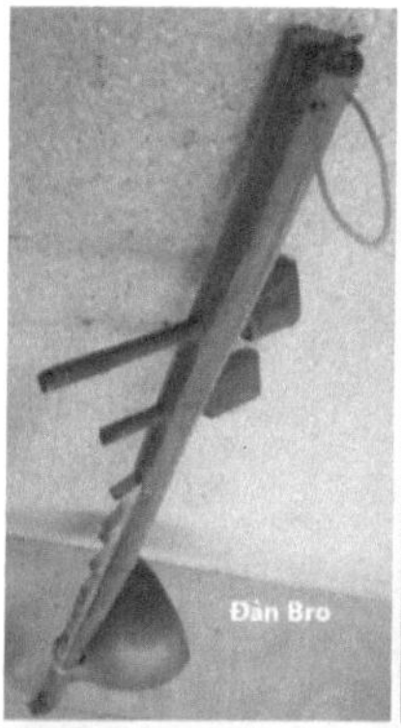
Đàn Bro

Cồng Chiêng

Kèn Đing Năm

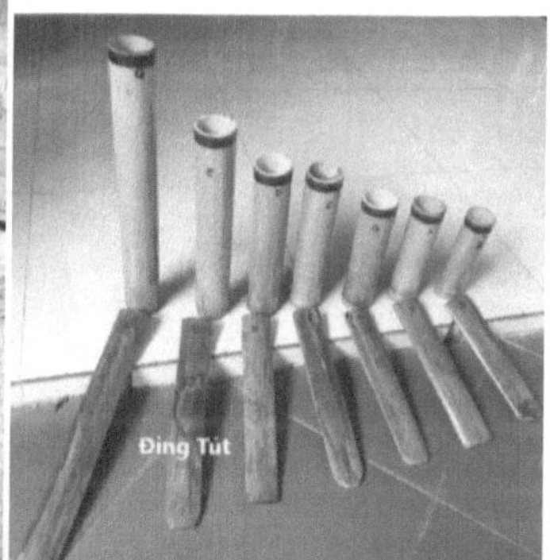
Đing Tút

Đàn T'rưng

Đàn Goong

Ở NÚI

Ai sinh ra và lớn lên ở quê nhà cũng đều có ít nhiều kỷ niệm vui buồn gắn bó với mảnh đất mình dung thân. Tôi cũng vậy. Dù không hẳn đã lớn lên trên cao nguyên heo hút Ban Mê Thuột nhưng những kỷ niệm nơi này cũng đủ để kết tụ thành một mảng lớn trong hồn đời tôi. Lãng mạn như thi sĩ Nguyên Sa mới tinh mắt khám phá ra sắc màu của kỷ niệm. Khi thi sĩ công bố điều nay qua thi ca thì mọi người ai cũng nhìn ra kỷ niệm với đủ màu sắc của mình. Thậm chí màu kỷ niệm của nhiều người còn huy hoang, lộng lẫy hơn cả Người Thơ. Lề mề như tôi, kỷ niệm cũng có đôi ba màu để nhớ. Hãy bắt đầu từ cao nguyên Darlac với một kỷ niệm xanh chẳng hạn, trong đó có tiếng hát em mọi nhỏ và cái tai người viết.

Ai đã từng ở Ban Mê Thuột cũng biết tiếng Ban Mê Thuột là xứ Buồn Muôn Thuở, Bụi Mù Trời… Người địa phương có chút tâm hồn đã thấm thía với cảnh buồn mưa nắng ở đây, huống hồ những bước chân từ miền xuôi đổ lên hay miền xa đổ về. Người lên đây lập nghiệp lâu đời thành dân bản xứ thì chẳng nói làm gì, chỉ tội những bước chân lưu lạc, nhất là trong thời chiến những chàng trai trẻ khoát màu áo cây rừng lên đáo nhậm đơn vị. Chân ướt chân ráo xa nhà vừa lên tới xứ này mà gặp phải ngày nắng thì tha hồ đổ mồ hôi hột và hít bụi đỏ; còn ngày mưa thì ướt sủng cả phần xác lẫn phần hồn kể gì bùn văng lên tận ót. Những ai đã từng xuôi Nam một chuyến sẽ bịn rịn, nhớ hoài khi ra đi. Riêng cái xứ lưu đày đất đỏ bụi mù này hình như những ai không có cội nguồn, dây mơ rễ má gì khi có dịp ra đi là dứt áo. Tôi đã từng nghe nhiều người nhắc nhớ thị trấn heo hút này hững hờ như những hạt bụi bay. Để cứu vãng thái độ hững hờ này, anh bạn thơ kiêm nhạc sĩ trẻ của tôi là Đỗ Thất Kinh đã hết lòng mời mọc những khách du bằng mấy vần thơ đặc biệt ba vần B, M, T tức Ban Mê Thuột hấp dẫn như sau:

biết mấy thuỡ - bạn mới tới – ban mê tôi?
ban mê tôi- bởi mang tiếng – bụi mù trời
ban mê tôi – bởi mang tên – buồn muôn thuở
bạn mường tượng – bạn mù tịt!
bạn mới tới – bạn mới thấy – ban mê tôi...
bụi một ít – biết mấy tình! buồn một tí – bao mến thương
ban mê tôi – bốn mùa thơ – bóng mây trời – buông mái tóc
ban mê tôi – bao m2a trăng – bao mái tóc
ban mê tôi – bao mùa trăng – bao mắt tím – bên mái tình!
biết mấy thuở - bạn mới tới – ban mê tôi?
buồn mới thích – bụi mới thú – bùn mới thấm – bẩn mới thơ
bạn mới tới- bạn mê tít – bạn mê thôi!
ban mê tôi – bao món tuyệt:
bánh mì thịt – bún mắm tôm – bê mềm thui – bò muối thuốc
bạn mau tới – ban mê thôi
bỏ mới tiếc - biết mới thương
bao mộng tưởng - ban mê tôi.

Nhắc tới Ban Mê Thuột, tỉnh lị của Daklak thì cũng nên nhắc sơ qua truyền thuyết của thị trấn này.

Theo thổ âm của sắc tộc M'Nông, Dak có nghĩa là nước, Lak nghĩa là hồ. Dưới thời Pháp thuộc người Pháp đã dổi Daklak thành Darlac cho dễ viết. Còn Banmêthuột, theo thổ âm của người Rahdé chính là Buôn Ma Thuột có nghĩa là Buôn là làng; Ma là cha; Thuột là tên của con một vị tù trưởng Êđê xưa kia là lãnh đạo quần chúng chống lại người Miên, Lào thường tràn qua biên giới cướp phá.

Vậy Buôn Ma Thuột có nghĩa là làng của một vị tù trưởng anh hùng tên Thuột.

Ban Mê Thuột được thành lập năm 1923, là nơi ma thiêng nước độc, nên tới năm 1954 chỉ có khoảng 10,000 người Kinh trong đó có tôi mới lên 6 tuổi. Đến năm 1959 Ba Mê Thuột mới trở thành thủ phủ của miền Thương Cao Nguyên. Tòa Đại Biểu chính phủ và các nha sở được di chnyển lên Ban Mê Thuôt cũng như các cơ quan quân sự quan trọng thuộc Sư Đoàn 23 Bộ Binh và Tiểu Khu cũng được đặt tại đây.

Ban Mê Thuột nằm ở phía Nam dãy Trường Sơn, cao độ 500 thước so với mực nước biển. Thuở nhỏ đứng trên lan can nhà lầu đường Tôn Thất Thuyết ngó xuống suối Đốc Ho5cto6i thường nhìn lung về dãy Trường Sơn xanh mờ ở phía Tây. Đêm đêm lẫn trong tiếng trực thăng bay đi hành quân, đồn Pháo Binh vẫn nã đạn đại bác về phía núi nghe buồn buồn. Thu tầm nhìn lại gần hơn là núi Châu Sơn. Nhô lên khỏi cây rừng mọc trên đỉnh núi là lá cờ vàng ba sọc đỏ bay phất phới của lính Địa Phương Quân đóng chốt giữ an ninh trên đó. Dưới chân núi về hướng Tây Bắc là làng Châu Sơn với những cánh đồng lúa xanh rờn mát mắt.

Phía Bắc quốc lộ 14 cách Ban Mê Thuột khoảng 15 cây số là Đạt Lý, thuở nhỏ chúng tôi quen gọi là Nông Trường. Ở đó đồi núi thấp, phẳng, đất đai mầu mỡ dễ phát triển việc trồng lúa và các loại hoa mầu khác. Thỉnh thoảng trong ba tháng hè , ba má tôi lái xe Traction chở lũ trẻ chúng tôi vào Nông Trường thăm vợ chồng người bà con. Thời đó, trẻ con ở Nông Trường thấy xe hơi là reo hò lên chay bám theo coi như một vật lạ đến từ ngoài hành tinh.

Xa hơn nữa, cách Ban Mê Thuột 45 cây số là quận Buôn Hô, nơi chôn nhau cắt rốn của nhạc sĩ TCS. Nơi đây, trong thời chiến cũng đã từng xảy ra những trận đánh đẫm máu với với Cộng quân. Vị quận trưởng cuối cùng của quận này là Trung tá Phạm Công Cẩn. Sau biến cố lịch sử 1975 ông đi tù "cải tạo" 13 năm từ Nam ra Bắc, ông và gia đình theo diện H.O 15 qua định cư tại Florida, Hoa Kỳ năm 1993. Đặc biệt, trong gia đình này đã phát sinh một nàng thơ trẻ ký bút hiệu Như Thương, xuất bản trễn tác phẩm thơ văn ại Hoa Kỳ. "Tiểu Thư Đạt Lý" Phạm Kim Hương, tức nhà thơ Như

Thương cũng là một cựu nữ sinh Trung Học Tổng Hợp Ban Mê Thuột.

Cùng trang lứa với Tiểu Thư Đạt Lý còn có nữ thi sĩ Quế Phượng, trưởng nữ của ông bà tiệm chụp hình Trung Việt nằm trên đường Quang Trung, gần hạp hát Tường Hiệp. Cô và gia đình định cư ở Bỉ năm 1993. Tác phẩm đầu tay: Thơ Đặng Thị Quế Phượng, xuất bản tại Đức 1991.

Ngoài ra, Ban Mê Thuột còn có người bạn trẻ đã nói trên là nhạc sĩ Đỗ Thất Kinh, dộc tấu tây ban cầm cổ điển rất tới và soạn hòa âm các nhạc phẩm của chính tác giả và bạn hữu bằng phương pháp Flash tân kỳ qua hệ thống máy vi tính.

Cũng ở Ban Mê Thuột có một Siu Black, nữ ca sĩ có giọng hát rất mạnh, hát rất hay, qua một số ca khúc mang âm hưởng dân tộc thiểu số miền sơn cước.

Một người nữa là Lê Hữu Lộc, con của ông bà hiệu trưởng Lê Quí Chiểu trường tiểu học Nguyễn Công Trứ ngày xưa. Cùng lớn lên trong thời chiến, Lộc và tôi cũng như hầu hết chúng bạn đều xếp bút nghiên theo việc kiếm cung. Lộc trở thành anh Thiếu úy Chiến Tranh Chính Trị Chi Khu Phó Chi Khu Darlac; còn tôi thì "đi trong tầm lửa đạn, đánh giặc rừng xanh vài ba trận" thì trời xuôi đất khiến đổi về làm lính thành phố.

Ở lính 5 năm thì Ban Mê Thuột mất, Lo65v và tôi bị bắt đi tù "cải tạo" tại quân lao Ban Mê Thuột do người Pháp xây dựng năm 1930 để giam chính trị phạm. Chính quân lao này đã từng giam hai tay Cộng sản gộc là LD và TC, nên sau 10 tháng Ba 1975 bị giam tại đây, tôi cứ lẩn quẩn nghĩ về hai tay chóp bu Cộng sản này không biết xưa kia nằm ở phòng nào. Dĩ nhiên là chẳng có tên nào để lại chút vết tích gì ngài những oan hồn uổng tử hầu như đêm nào cũng hay vaung vải đá sỏi trên các nóc trại giam và "thích" chọi đá hoa cương vào miếu cô hồn xây giữa sân trại giam làm tù nhân chúng tôi nhiều phen thất vía. Ở tù hôn một năm, Lộc thuộc "thành phần ác ôn" chuyển trại đày ra Củng Sơn suốt mười năm mấy phen sống đi chết lại mới được thả về; còn tôi bị đưa vô Méval cách Ban Mê Thuột 35 cây số ăn cơm đôn bo bo khoảng hai năm thì không thèm ở tù nữa bèn đào vong chơi.

Nhà thiên văn Gallilé đời xưa nói trái đất tròn là đúng quá mạng. Nhờ trái đất tròn nên một phần tư thế kỷ sau cựu tù binh Lê Hữu Lộc và tôi lại "ngộ cố tri" ở cõi người ta. Theo diện H.O, Lộc và vợ con đi định cư tại Hoa Kỳ năm 1986. Bắt đầu viết văn từ đó dưới bút hiệu Lê Hữu, cộng tác thường xuyên với hai tạp chí Văn Học và Hợp Lưu.

Cũng tại Ban Mê Thuột trước 1975 còn có Cơ Sở Văn Nghệ Con Người do các bạn văn Nguyễn Minh

Nữu, Đoàn Văn Khánh, Thượng Văn (mất 2026 tại San Jose, Hoa Kỳ) và một số anh em văn nghệ địa phương thành lập nhằm mục đích sinh hoạt văn nghệ và báo chí, phổ biến hạn chế các tác phẩm của anh em trong nhóm thực hiện. Nhưng mức độ sinh hoạt bền vững hơn vẫn là Đoàn Du Ca Lòng Mẹ Ban Mê Thuột do trưởng Nguyễn Quyết Thắng hướng dẫn hoạt động rất hăng say từ thành phố đến thôn quê gây nhiều cảm trong trong quần chúng. Cá nhân tôi lúc đó tuy đã khoát chiến y nhưng khi có dịp vẫn tìm đến cơ sở sinh hoạt du ca với các bạn trẻ vào những ngày cuối tuần, hoặc tại nhà Nguyễn Quyết Thắng hoặc tại gia Nguyễn Đức Tấn tức Tấn cụt (đã quá cố).

Nguyễn Quyết Thắng không viết văn, làm thơ nhưng có tài sáng tác nhạc rất hay. Có thể nói Thắng thủy chung nhất trong các thành viên du ca kể từ ngày nhạc sĩ Nguyễn Đức Quang thành lập Cơ sở Du Ca. Ở hải ngoại bây giờ khó mà ôm đàn đi tác động như hồi còn ở bên nhà.nên Thắng đã bỏ công sức tự học để mở ra một website Du Ca được đánh giá rất cao. Trong website này duca@wanadoo.nl tha hồ tìm lại bạn xưa, hình ảnh du ca cũ, những áng văn thơ và lắng nghe lại những bản du ca ngày trước.

Nhạc sĩ du ca Nguyễn Quyết Thắng hiện định cư cùng gia đình tại Hòa Lan, vương quốc của hoa Tulip muôn màu. Ngoài các bạn kể trên, ở Ban Mê Thuột còn có nhiều tài năng mà thuở đó tôi không được hân hạnh tiếp xúc để kết thân như Hùng Bi, Trần Huy Sao…

Xin trở lại phân đồ địa lý.

Ngược về phía Nam quốc lộ 21 đi Sài Gòn qua cầu 14 bắt ngang sông Ea Krong, do hai chi lưu ở phía Nam là sông Krong Ana (sông Cái) và sông Krong Nô (sông Đực) hợp thành. Chính con sông Ea Krong khá hiểm trở này tôi cùng mấy thằng bạn học hoang đàng chi địa hồi tiểu học đã từng bơi đua vào những ngày cuối tuần trốn nhà đạp xe đi chơi xa. Con sông này nổi tiếng nhiều cá sấu .Ở dưới nước nhìn lên tôi thấy cầu 14 na ná như cầu sông Kwai trong khu rừng già thuộc tỉnh Kanchanaburi nằm ở miền Tây Thái Lan, giáp biên giới Myanmar, thời đệ nhị thế chiến được dựng thành phim The Bridge On The River Kwai thuở nào.

Cũng về phía Na quốc lộ 21 kép ngang qua Trung Hòa, Kim Châu Phát, trước khi vô Lak (Lạc Thiện) nhớ lội xuống suối cát bắt hến lên nhậu với rượu đậu nành, rượu nếp than hay rượu chuối thì nhất định là quên cả lối đi về. Gần hơn, đối diện với phi trường Phụng Dực là làng Hòa Bình của người Mường, cứ Tết đến nhớ ghé vô nhà Quách Hung, anh bạn học thuở thiếu thời mà ca múa và nhậu nhẹt mút chỉ cần câu. Có say rượu và say cả thuốc lào thì cứ ngủ tại đó, trên nhà sàn khỏi cần mùng mền chiếu gối có chết cũng mơ thấy một nà Phà Ca xinh đẹp, hồn nhiên.

Ngoài ra, thị trấn Ban Mê Thuột còn có thác Nhà Đèn, hồ Trung Tâm, suối Xanh, suối Đốc Học, suối Maurice mà hồi nhỏ chúng tôi quen gọi là suối ông Mu-Ri, tức ông chồng mắt xanh mũi lõ của dì Ba Thơm tôi. Mỗi con suối kể trên đều uốn mình chảy đủ bón phía Đông Tây Nam Bắc, cách nhà tôi từ 1 cho tới 5 cây số là những nơi thỉnh thoảng chúng tôi năm bảy đứa cao hứng trốn học rũ nhau đi tắm suối để rồi có ngày chết chìm mất một anh Tý khùng dưới thác Nhà Đèn và cô Phượng tuổi mới cập kê ở hồ Trung Tâm. Sau này lớn lên đi lính có dịp về quê cũng không chừa cái thói tắm suối ngày xưa. Có hôm tôi và mấy người bạn học cũ – đã thành lính phong trần – mặc đồ xi-vin rũ nhau đạp xe vô hồ Trung Tâm, gần phi trường Phụng Dực tắm mát. Tuy đã lớn tòng ngòng cái đầu, nhưng thằng nào cũng thích tắm trường; còn cái thú ỉa giấc ngoài đồng như câu ca dao dưới đây không còn nữa:

Thứ nhất là dỗ thủ khoa
Thứ nhì vợ đẹp, thứ ba ỉa đồng

Chiều xuống lúc quay về nửa đường thì trời lắc rắc đổ mưa. Năm sáu đứa tụi tôi đều thích thú cười vang rồi gò lưng, chỏng mông hối hả đua nhau đạp về tới quán Mây Hồng, lúi chúi nhào vô quán uống cà phê. Ở Ban Mê Thuột, khoảng năm 1971-1973 có quán cà phê Bâng Khuâng gần chùa Khải Đoan và quán Mây Hồng gần trường Trung học Ban Mê Thuột là nổi tiếng hơn cả. Ngồi thu lu trên chiếc ghế tròn bằng khúc cây, từ tốn chiêu một ngụm cà phê, rít một hơi thuốc Pall Mall, thả hồn theo giọng ca Khánh Ly qua từng ca khúc mơn mang sương khói của Trịnh Công Sơn, trong khi ngoài trời nưa bay gió nổi thì có sống đời trên núi cao rừng rậm cũng đủ lãng quen đời. Uống cà phê xong cảm thấy đói bụng thì cứ băng qua đường chui vô quán bánh bèo vùa ăn vừa nhìn trộm mấy chị em cô Sương người Huế xinh đẹp, vui tính cũng thấy đã đời ống điếu.

Darlac là vùng đất đỏ rất tốt cho việc canh nông nên dưới thời Pháp thuộc các nhà tư bản Pháp đã thuê mướn các phu đồn điền trồng cây kỹ nghệ như cao su, cà phê đa số thuộc giống Arabica dọc theo Quốc lộ và tám Tỉnh lộ của Ban Mê Thuột cũng như các đồn điền cây xanh bạt ngàn.

Nói tới cà phê Ban Mê Thuột thì chỉ có cà phê cứt chồn là nổi tiếng thơm ngon nhất trời ông địa. Trên cây cà phê những trái nào lớn nhất, chín nhất, bóng nhất, mọng nước nhát đều được con chồn chọn lựa ăn vào rồi thải ra thành từng lọn thì gọi là cà phê cứt chồn. Sau này các động vật học khám phá trong bao tử chồn có một loại nhũ trấp đặc biệt thấm vào hột cà phê mà các loài động vật khác không có. Phu đồn điền chỉ việc đi lượm về rửa sạch, phơi thật khô rồi rang lên tẩm với rượu Rhum, sau đó xáy cho khô đem xay nhuyễn, pha cà phê bằng phil thì ông Tây bà Đầm nào uống vô cũng chỉ có… ngậm mà nghe. Trước 75, tôi c4ng từng "ngậm mà nghe" khi được dịp thưởng thức loại cà phê thơm ngon ác ôn lừng danh thiên hạ này. Riêng hoa cà phê có trăng thì khỏi nói; mọt thoảng gió thôi, đưa mùi hương đi cũng đủ thơm nồng điếc mũi và sẽ rợn tóc gáy khi chợt nghĩ tới nàng Hồ Ly Tinh chập chờn lơ lửng đâu đó dươi bóng tr8ng sương.

Nói về dã thú thì Ban Mê Thuột hồi đó có nhiều lắm, nhất là cũng dưới thời Pháp thuộc chú học trò nhỏ là tôi còn mặc quần xà-lõn, đi chân đất cặp sách đến trường, ăn sáng bằng bánh mì trét bơ trả tiền bằng đồng xu lũng lỗ ở giữa. Có rất nhiều địa diểm săn bắn như Buôn Dur, Buôn Tray, Lak… Ở những chốn sơn lâm cùng cốc này có voi rừng, cọp, beo, bò rừng, heo rừng, hươu, nai, chồn, cáo, nhất là con Min, một loại trâu rừng to lớn, rất dũng mãnh, lông đen tuyền, cặp sừng cong vút, nhọn hoắc; chỉ cần gầm đầu xuống đất khịt một tiếng cọp cũng phải cong đuôi chạy mất đất.

Tôi vẫn còn nhớ mỗi lần vua Bảo Đại lên Ban Mê Thuột nghỉ mát ở biệt điện Bungalow toàn bằng gỗ đối diện sân đá banh, vua thường cho cận thận gọi ba tôi đi săn beo đốm (vị hoàng đế này theo da beo hơn da cọp). Chưa lần nào những người thợ săn chuyên nghiệp này làm ông vua cuối cùng của triều Nguyễn thất vọng hết. Lặn lội suo1t đêm trong rừng sâu tờ mờ sáng hôm sau trở về là có thịt. Nằm lẫn lộn môt đống sau thùng xe Đốt Cách (Dodge Quatre) không cọp thì beo hoặc lợn

lòi và ít nhất là ba con nai chà, sừng ngang cả thước, ve – con nào con nấy mập như ngón cái – bám đầy dưới bốn mống. Có lần tôi chơi dại định nhổ râu cọp thì bị bà nội la dẫu! Thì ra đem râu ông ba mươi cắm vào mụt măn lâu ngày măn sẽ sinh ra một loại s6u trông hết sức gớm ghiếc và cực độc mà người Thượng chế ra dùng làm thuốc độc tẩm lên đầu mũi tên để đi săn thú.
Trước phòng khách nhà ba tôi thôi thì treo la liệt những sừng là sừng: nai chà, cà-tông, sơn dương, sừng trâu, ngà voi. Rượu hàm nàm ngâm cả thẩu. Hàm nàm là nai con còn trong bụng mẹ mổ ra đem ngâm rượu thuốc uống vô là khỏe dàn trời.

Có rượu, có thịt nai nhúng dấm và vài ba tay nghệ sĩ địa phương ngồi lại là nền tảng vững chắc cho sáu câu vọng cổ thâu đêm suốt sáng. Sau na2ytha61y ba tôi sát sanh dữ quá nên mỗi lần ba tôi cùng đồng bạn đi săn là ở nhà nội tôi tụng kinh vang lừng. Nhiều lần vậy mà linh. Ban đầu ba tôi còn càm ràm riết ro62o ông "ngộ đạo" lúc nào không hay và trở thành một Phật tử nổi tiếng thuần thành tu tại gia cho tới mãn đời ông.

Tuy mang tiếng là xứ sơn lam chướng khí, trước 1975, Ban Mê Thuột cũng có nhiều văn nghệ sĩ vì nghề nghiệp, vì nhiệm vụ đã một thời ghé qua. Tôi còn nhớ thập niên 1960, nhà thơ Viên Linh dạy Việt văn cấp hai tại trường Rạng Đông Ban Mê Thuột ở ngã tư Tôn

Thất Thuyết và Phan Bội Châu, có lần tình cờ gặp nhà thơ tôi định chào nhưng thấy anh nghiêm nghị qua đành thôi. Gần 40 năm sau qua Mỹ gặp Viên Linh tôi nhắc lại chuyện xưa anh có vẻ ngạc nhiên và cảm động lắm. Viên Linh mất năm ngoái 2025 tại Mỹ.

Ngày nay, những bạn học xưa sống hoặc chết đều tản mát đâu đó ở bên nhà. Trong thời chiến có đứa đã hy sinh ngoài mặt trận, những đứa sống sót thì ngậm ngùi giã từ vũ khí sau khi bỏ lại chiến trường không một cánh tay thì cũng một bàn chân hay gò má, con mắt. Tôi thương nhớ quê tôi như thương những anh hùng tuổi trẻ này.

QUÊ TÔI

Tôi sinh ra ở Banmêthuột cho nên núi rừng là bạn của tôi. Đi đâu, làm gì, thức hay ngủ, rừng núi lúc nào cũng kề một bên. Lớn lên tôi có đọc chút ít lịch sử trước 1975 của quê tôi, ở đó miên man trải dài ngút mắt, là núi và rừng, nơi xanh um một màu xanh lá, nơi chói chang một trời nắng lụt, và cũng là nơi lầy lội, ẩm ướt những trận mưa vào mùa. Từ thị xã đến thôn quê, nhà cửa theo thời gian lần lượt mọc lên suốt dãi cao nguyên đất đỏ; con người sống trong màu đất đỏ, tử sinh cùng đất đỏ.

Vì núi rừng là bạn bè, nên tôi khá quen thuộc và am hiểu, dù không nhiều, vùng cao nguyên đất đỏ cũng như phong tục tập quán những người bạn rừng núi của tôi. Dưới đây là những đặc điểm liên quan đến tỉnh Daklak mà trước 1975 tôi đã từng lăn lộn, hòa mình vào, lắng nghe và biết đến - nên xin mạo muội nói qua.

Người Radhé

Xin tóm tắt:

Trước thế kỷ XIX, tù trưởng Ama Thuột, người Êđê, lập ra Buôn Ma Thuột, nghĩa là làng của một vị tù trưởng anh hùng tên Thuột, xưa kia đã lãnh đạo dân làng chống lại người Cao Mên, Lào thường tràn qua biên giới cướp phá. Người Radhé còn gọi là Êđê; tiếng

Thượng ê-đê có nghĩa là tre, nứa, họ thường ở ven sông hay các đầm nước.

Hiện nay tổng số người Êđê ước khoảng trên dưới 200.000 người, sống rải rác trên khắp cao nguyên Daklak. Họ chia thành nhiều sắc tộc nhỏ như Radhé Kpa, Radhé Adham, Dlié Ruê, Krung, Kdung, Kmun, Blô, Epân, Kdrao...

Người Êđê theo chế dộ mẫu hệ, sống giản dị, tính tình thật thà, chất phác, hiếu khách, thường tiếp xúc với người Kinh nên đời sống văn minh tiến bộ hơn các sắc tộc khác ở miền cao.

Thập niên 1940 - 50, đàn ông thường ở trần, đóng khố, đàn bà mặc yêng (váy), áo cánh hoặc mình trần. Trước khi người Pháp đặt chân lên cao nguyên, người Êđê cũng như các dân tộc sơ khai khác không có tôn giáo nào, thay vào đó họ tin có ma quỉ, thần linh, sấm sét, gió, nước, lửa, núi, sông, hồ... Do đó, hàng năm họ thường giết trâu, bò, heo, dê để tế thần. Người Êđê không có lễ Tết như người Kinh, nhưng nhiều lễ hội hàng năm thường được diễn ra như lễ mừng lúa, lễ ăn cơm mới, lễ uống mừng năm mới (Mnăm Thun), lễ rửa chân, lễ đeo vòng, lễ đâm trâu, lễ bỏ mả... Những lễ hội này họ đều đánh cồng, giống chiêng, nhảy múa, ca hát linh đình bên đống lửa.

Ngoài người Êđê đa số sinh sống quanh tỉnh Daklak, còn có các sắc tộc khác như M'nông, M'dhur, Djarai, Mạ, Mường, Nùng, Mèo, Mán, Thái...

Nhà sàn

Trong các buôn làng của người Êđê, M'Nông rải rác trên khắp vùng cao nguyên Daklak không nơi nào có nhà rông, ngoài nhà sàn (sau này còn gọi là nhà dài?). Nhà rông chỉ xuất hiện ở hướng Tây Bắc Kontum, trải dài lên Dak Tô, Dak Pet mới có.

Nhớ hồi tôi ở Kontum đi công tác lên Dak Tô, khi xe chạy trên quốc lộ 14 ngang qua một làng Thượng cất dọc theo bờ sông Poko, anh tài xế quân vận chỉ mái nhà rông vươn lên dưới cái nắng hầm hập, giọng lơ lớ nói Thiếu úy biết buôn này của dân tộc nào không. Hỏi rồi tự đáp: "Của người Xtrieng đó, Thiếu úy". Tôi buột miệng reo: "A, người Sê -Tiêng hả?" anh tài xế Thượng cãi liền không phải người Sê -Tiêng mà Xtrieng. Em là dân tộc Xtrieng mà Thiếu úy! Bố em người Sédang gặp má em ở Tumorong, họ *"bắt cái nước"* sinh ra em ở làng này mà . Hêhê!".

Lần đầu tiên tôi nhìn thấy nhà rông. Nhà rông này, dựng giữa làng có vẻ đã cổ xưa. Tuy nó oai nghi, ngạo nghễ vươn lên giữa trời đất nhưng có chút gì đó đơn điệu, buồn bã và huyền hoặc. Cũng như nhà sàn, nhà rông cất trên những cột gỗ chân thấp, rộng bề ngang, mái nhà làm theo hình lưỡi búa, cong ra hai mặt, lợp bằng tranh, trên chóp mái hơi cong và dài như chiếc thuyền úp ngược. Bên trong nhà rông, sàn nhà lót bằng phên, trên vách nứa treo những chiếc trống cái, cồng, chiêng, xà-gạc, giáo mác, nỏ, cung tên.

Nhà rông là nơi hội họp, sinh hoạt các lễ hội, nghi lễ tín ngưỡng của dân làng, cũng là nơi tiếp đãi khách. Ban đêm, chỉ có trai làng chưa vợ đến ngủ ở nhà rông, quanh bếp lửa. Tuy nhiên, tùy theo phong tục từng dân tộc, ban đêm trai gái đều ngủ ở nhà riêng của mình.

Nhà rông, linh hồn của làng, từ thuở xa xưa đến nay vẫn là một biểu tượng linh thiêng, một hình tượng gắn bó mật thiết trong đời sống tâm linh của người làng.

Riêng nhà sàn ở Banmêthuột phải nói là một công trình văn hóa độc đáo của dân tộc Êđê. Buôn làng thường ở cạnh bờ sông hoặc các đầm nước. Để tránh thú dữ, rắn rít, nhà được cất cao hơn mặt đất hai ba thước. Dưới sàn để chứa củi và nuôi gia súc. Lối nghệ thuật kiến trúc của dân tộc thiểu số, nhà sàn cất theo hình chữ nhật, hoàn toàn không dùng bất cứ cái đinh hay miếng kim loại nào ngoài gỗ, tre, nứa và tranh, lá làm vật liệu căn bản. Cả một hệ thống sườn nhà, xà nhà, rui mè, cột kèo ăn khớp vào ngàm một cách công phu, vững chắc và vô cùng tinh vi.

Nhà có thể dài từ ba bốn chục thước đến 100 thước, cửa ra vào thường quay mặt về hướng Nam-Bắc để hóng gió mát hoặc về hướng Nam để tránh nắng mưa. Đặc biệt không có nhà nào có cửa sổ, chỉ thông từ đầu này tới cuối đầu kia mà không ngăn thành buồng. Nhưng trong các buôn Thượng tôi thường thấy họ chia làm hai phần: gian lớn ở giữa nhà dùng để hội họp gia đình và làm phòng tiếp khách, những gian phòng nhỏ, đều có bếp lửa, dành cho đàn bà, con gái. Trong ngôi nhà dài có thể có cả chục gia đình cùng sinh sống, khắng khít như một cộng đồng làng. Nhà của dân tộc thiểu số ta thường thấy những ché rượu cần đặt hàng dài giữa nhà, trên vách hay trên xà nhà thường treo gùi, các dụng cụ săn bắn, đồ nghề đánh cá.

Hồi ở lính có lần tôi ghé vô buôn Đung thăm người bạn thiếu úy già Y Julnié Ksor đã về hưu, thấy nhà sàn dài quá cỡ tôi vui miệng hỏi nhà ông ở dài bao nhiêu, Jul cười cười từ tốn giải thích làm tôi vô cùng ngạc nhiên. "*Tụi tao* không dùng thước đo nhà sàn như người Kinh *tụi mầy*". Đưa cần rượu cho tôi, Jul kết luận: "Tụi tao đo chiều dài của nhà sàn bằng tiếng chiêng. Chiêng ngân tới đâu thì nhà dài tới đó".

Thực vậy, khác với người Kinh, người Thượng lấy tiếng chiêng làm đơn vị đo lường, cũng như gọi một gia đình là một *bếp*. Gia đình nào cũng có cái bếp âm ỉ cháy suốt ngày đêm. Thiếu bếp lửa họ cảm thấy lạnh lẽo, sợ hãi, không ngủ được. Bếp lửa tạo nên sự ấm áp thân thuộc trong gia đình và trong tâm hồn họ.

Một điều đặc biệt nữa, là nếu ai từng vô buôn Thượng để ý sẽ thấy trước cửa nhà sàn thường có một cầu thang đẽo gọt thành từng bậc đơn sơ để lên xuống. Tuy nhiên nhà sàn truyền thống của người Êđê luôn có hai cầu thang, một đực, một cái, dựng ngay ở cửa trước. Cầu thang đực đặt bên trái có khắc hình con rùa và ngôi sao, cầu thang cái, rộng hơn, đặt bên phải khắc hai bầu vú của người phụ nữ, phía trên là mặt trăng lưỡi liềm. Hai bầu vú tròn trĩnh, cân đối khắc trên cầu thang cái nói lên quyền uy của người phụ nữ trong đó theo chế độ mẫu hệ phụ nữ là cột trụ lèo lái và giữ gìn hạnh phúc trong gia đình.

Ngoài ra, cầu thang cái có ý nghĩa quan trọng là trong những ngày lễ hội đặc biệt chỉ có những người đàn ông và quan khách mới được đi lên cầu thang đó. Tuy nhiên, ngày thường thì ai đi cầu thang nào cũng được, chẳng có thần linh hay ma quỷ gì ám hại ai hết.

Y phục

Từ thuở xa xưa cho tới giữa thập niên 1960, người đàn ông Êđê cũng như các sắc tộc thiểu số khác, khi ở nhà hoặc đi làm rẫy họ đều ở trần và đóng khố, trừ khi đi xa mới mặc áo cụt tay hoặc quấn chăn vào mùa lạnh. Người đàn bà Êđê cũng để mình trần, mặc yêng (váy) làm bằng một tấm vải rộng màu đen có viền màu; khi lên rẫy hoặc ra chợ mua bán đổi chác họ thường quấn thêm khúc vải buộc đứa con trước bụng, lưng đeo gùi.

Người Êđê tính tình thật thà, chất phác, thích màu sắc giản dị nên trang phục cũng mộc mạc, đơn sơ. Vải dệt bằng sợi cây gạo hoặc sợi bông đay, chuộng màu đen và những đường viền sọc dài màu đỏ đậm, tím hoặc trắng.

Tuy nhiên, ngày lễ hội, đàn ông đầu quấn khăn, mặc áo ngắn, không cổ, ống tay dài màu đen, viền nhiều màu, trước ngực khâu thêm một miếng vải len đỏ hình vuông, kết thêm hàng nút; đàn bà mặc áo bó sát, bụng quấn thêm miếng vải màu, yêng dài chấm gót. Có lẽ hợp với phong thổ núi rừng nên đàn ông cũng như đàn bà sơn cước không có dáng vẻ mập mạp, đẩy đà như người Kinh. Người Êde vừa tầm thước, da sạm nắng, trông điêu đứng, khắc khổ nhưng giỏi chịu đựng, khoẻ mạnh và dũng cảm. Đàn bà cũng khoẻ mạnh, nhanh nhẹn, dáng dấp thon thả, duyên dáng và yểu điệu hơn.

Ngày nay quần áo của người Êđê cũng giống như người Kinh: quần tây, áo sơ-mi. Y phục truyền thống khố và yêng chỉ mặc trong những ngày hội hè, lễ Tết, theo thời gian đã trở thành một cái "mốt" thời thượng dành cho các du khách hoài cổ muốn mua hoặc thuê mặc chụp hình làm kỷ niệm.

Trang sức

Về trang sức, người đàn ông Êđê chỉ thích đeo một hoặc hai cồng đồng leng keng trên cổ tay. còn đàn bà con gái, ngoài đeo vòng đồng ở cổ tay, cổ chân còn thích đeo ở cổ những chuỗi cườm ngũ sắc hoặc chuỗi hạt ngà đẽo gọt rất tinh xảo. Riêng người Sédang, Bahnar, Djarai, M'Nông cũng thích đeo nhiều cồng đồng rủng rỉnh trên tay, dưới chân nhưng họ có thêm tục lệ cà răng, căng tai.

Hồi nhỏ người lớn có tật hay nhát ma, nhất là hù dọa "mọi cà răng căng tai" con nít tụi tôi rất sợ dù không hiểu gì, tới khi ra chợ Banmêthuột thấy người đàn ông Thượng răng cà sát tới nướu trên, tai đục thủng một lỗ lớn để nhét chiếc cồng đeo tay hoặc ngà voi vào trái tai làm con nít tụi tôi hết hồn, lấm lét giạt ra xa.

Có ai từng nghe kể về tục lệ cà răng căng tai của người M'Nông chưa?. Hồi ở lính tôi có duyên với mấy anh lính Thượng, từ anh binh nhì (đo-dèm cùi bắp) tới ông Trung úy già, đều là dân tộc M'Nông. Năm 1970, tôi và ông Trung úy già Y Ngo đi công tác một tuần ở Quảng Đức, lúc về ông rủ tôi ghé vô buôn M'Nông của ông gần núi Chẻ chơi cho biết. Vừa vô cổng tre làng tôi thấy một anh thanh niên M'Nông đang đứng dựa gốc cây say sưa thổi cây kèn Ding Nam 6 ống gắn trong trái bầu khô. Tiếng kèn du dương, êm ả như dẫn hồn tôi trôi giạt vào rừng núi đại ngàn. Bản tính hiếu khách từ bao giờ đã trở thành tập quán chung của đồng bào Thượng nên Y Ngo vừa giới thiệu tôi đã được những người già "cà răng căng tai" lẫn thanh niên thiếu nữ văn minh đón tiếp thật nồng nhiệt. Khi lên xe trở về đơn vị cái tật vốn bép xép của tôi hỏi ngay tục lệ cà răng căng tai thì Y Ngo không ngại kể ra.

Tục lệ ngày trước của người M'Nông khi con trai, con gái đến tuổi trưởng thành đều phải cà răng. Theo khiếu thẩm mỹ của người Thượng thì hàm răng có duyên là hàm răng được mài mòn lên tới nướu trên, không những làm đẹp mà còn chứng tỏ lòng can đảm và sức chịu đựng mới được hòa nhập vào cộng đồng làng. Tôi hỏi làm sao để mài cụt, Y Ngo cười nói tỉnh bơ, còn tôi thì tóc tai dựng đứng.

- *Cà răng:*

Sau khi con trai hay con gái chọn ngày lành tháng tốt xong họ được cột chặt trên giường hoặc nhờ bạn bè ghìm chặt tứ chi trên cỏ xong đâu đó một người đàn ông đặt lưỡi cưa nhỏ, sắc bén vào hàm trên bắt đầu cưa như cưa gỗ. Lưỡi cưa xoèn xoẹt cưa tới cưa lui tới khi răng cưa hết mới thôi, sau đó lấy đá mài cho phẳng. Nếu không có cưa thì dùng đá mài dần mặc cho "tội đồ" oằn oại kêu la rên xiết, máu tuôn lênh láng. Nhiều người không chịu nỗi, có khi chết lúc đang cưa, cũng có nhiều người cưa xong bị nhiễm trùng chết vài ngày sau đó.

- *Căng tai:*

Để sánh đôi với vẻ đẹp của hàm răng, người Thượng còn có tục lệ căng tai, tức đục thủng trái tai một lỗ cho rộng, càng rộng càng đẹp.

Trước hết họ đục thủng một lỗ nhỏ ở hai trái trai đứa trẻ rồi luồn vô đó một lóng tre hoặc một khúc ngà nhỏ. Sau đó mỗi ngày họ thay vào đó một lóng tre hoặc khúc ngà lớn hơn. Khi trưởng thành thì người thanh niên thiếu nữ đã có hai lỗ ở hai trái tai rất lớn có thể đút nguyên một thỏi ngà voi hoặc nguyên chiếc vòng đồng to và nặng.

Dù sao quan niệm thẩm mỹ cà răng, căng tai ngày nay không còn nữa.

Ngoài cà răng căng tai của một số bộ lạc trên cao nguyên miền Thượng, còn có tục lệ căng môi bằng dĩa làm đẹp của thổ dân Surma và Mursi, Ethiopia bên Phi Châu. Nhưng đó là chuyện nước ngoài.

Cưới hỏi

Khác với người Bahnar, Sédang, Stiêng và một số sắc tộc miền cao theo chế độ phụ quyền, tức con trai đi hỏi vợ như người Kinh, ngược lại người Êđê theo chế độ mẫu hệ, nghĩa là con gái đi cưới chồng, gọi nôm na là *"bắt cái chồng"*.

Theo phong tục mẫu hệ của đồng bào Êđê, người con gái ưng bụng người con trai thì thưa với cha mẹ nhờ mai mối đén đánh tiếng bên nhà trai. Nếu người con trai đồng ý hai họ sẽ làm lễ trao vòng (như người Kinh trao nhẫn). Phí tổn cưới hỏi thường do bên đàng gái đài thọ. Khi lễ cưới bắt đầu, nhà trai đòi hỏi nhà gái phải nộp đầy đủ sính lễ 2 trâu, 1 bò, 3 cái phèng la, rượu cần... Nếu nghèo thì giảm lễ vật hoặc cưới tạm rồi trang trải nợ dần.

Lễ cưới thường được tổ chức hai ngày liền. Ngày đầu tiên nhà gái cùng ông bà mai mối đến rước rể, được nhà trai khoản đãi hai họ rồi làm lễ "rước rể" về nhà vợ. Ngày hôm sau gia đình nhà trai lại kéo sang nhà gái, được nhà gái ngả trâu bò làm tiệc mời dân làng đến chung vui với đôi trai gái.

Sau lễ cưới người chồng phải về nhà vợ ở rể một thời gian một hai năm sau đó mới xin ra riêng. Vì ảnh hưởng chế độ mẫu hệ, lúc ở rể người chồng trở thành chiếc bóng phất phơ, một nhân tố phụ thuộc dưới mái gia đình. Ở đây, người vợ là chủ nhân nắm giữ quyền lực, là cội rễ của sự sinh tồn, lèo lái hạnh phúc và truyền giống cho thế hệ mai sau. Cho nên con cái sinh ra đều lấy họ mẹ. Họ Y dành cho con trai, họ H (hờ) dành cho con gái là họ gốc của người Êđê giống như họ Nguyễn của người Việt mình.

Trong cuộc sống lứa đôi, chẳng may người vợ qua đời thì người chồng không được quyền tái giá với phụ nữ ở bộ lạc khác. Theo tục lệ của người Êđê, sau khi mãn tang vợ người góa bụa bắt buộc phải lấy em vợ chưa chồng hoặc chị em họ của người chết làm vợ.

Về vấn đề này, nhà tho LD với bài thơ Nối Dây vừa ngộ nghĩnh vừa dễ thương:

Cái tục lệ nối dây. Khi chị mất em sẽ. Lấy anh rể thay vào. Ôi dễ thương biết bao?

Mai này anh lên núi. Sẽ lấy một cô Thượng. Nhà đông chị em gái. Anh ngồi chờ nối dây...

Đời có khi là mơ? Ôi thật là hoang đường! Nếu anh đi bất thường. Em lấy thằng em út?...

Tuy nhiên phong tục ít ràng buộc đối với bên vợ; khi người chồng chết trước, người vợ có quyền lấy chồng khác và được quyền giữ con cái của người chồng quá cố.

Sinh nở

Hình như tôi có duyên với đồng bào Thượng theo thời gian qua từng buôn bản nên tôi từng mắt thấy tai nghe những điều kỳ lạ trong đời sống của những người con của Mẹ Rừng Mẹ Núi. Như "tiếng gọi heo" của người đàn bà Thượng ở buôn Ea Pok, cách ché biến rượu cần của các bà Êđê trong buôn Ea Tam, cách nấu cơm lam trong ống tre ở buôn Tray, cách tỉa lúa của một toán người Thượng gồm đàn ông đàn bà lẫn con nít được ba má tôi thuê mướn ở cây số 21 khi vào mùa, cách phơi lúa mới gặt trên giàn lúa giữa rừng giữa núi mà không sợ ai đánh cắp, cách rào quanh gốc khoai mài bằng cọng dây mài đơn sơ khi củ mài còn non, và cách tắm con sơ sinh hoặc một hai tuổi giữa dòng suối lạnh buốt vào mùa mưa.

Tất cả những sức sống mới lạ, tinh khôi và hiện hữu trong mắt tôi thuở đó đủ tạo nên những vẻ đẹp độc đáo đầy hấp lực vừa huyền bí lẫn hoang dại của núi rừng đại ngàn. Vì sinh ra từ núi rừng đại ngàn nên người Thượng có sức chịu đựng dẻo dai, ít khi đau ốm. Có thể ngay từ thuở ban sơ người mẹ đã nhúng đứa con còn đỏ hỏn vào dòng suối rồi. Đứa nhỏ nào chịu đựng được thì sống khoẻ mạnh, ngược lại thì chết.

Nhưng mà người đàn bà Êđê sinh đẻ ra làm sao? Thì đây:

Khác với người đàn bà Djarai, đến thời kỳ sinh nở phải xuống đất nằm gần chuồng gia súc hoặc ra bìa rừng để đẻ, ngược lại người đàn bà Êđê được đặt nằm ở một góc nhà ấm áp và kín đáo hơn, vây quanh là những người thân trong gia đình chào mừng đứa bé sơ sinh. Làng nào cũng có bà mụ đỡ đẻ, khi đứa bé vừa chào đời bà mụ bồng giơ cao lên la lớn (bằng tiếng Êđê), trong khi hai người đàn ông ném một cái chày xuống đất và một cái trên sàn. Người Êđê tin rằng làm như vậy để xua đuổi ác thần không cho hãm hại đứa bé.

Vì theo chế độ mẫu hệ nên người Thượng rất quý con gái. Nếu người đàn bà Thượng sanh được con gái thì cả nhà và cả làng đều vui mừng chúc tụng, cho nó đồ chơi là khung cửi và những dụng cụ dệt vải. Nếu sinh con trai thì nó được cho chơi cung, nỏ, khiên... hợp với sức sống hùng vĩ của núi rừng.

Lễ Hội

Thú thật cũng nhờ ông bạn già Y Nghỉ giải thích tôi mới biết đồng bào thiểu số nói chung không có ba ngày Tết âm lịch như người Kinh, nhưng trong một năm thường có nhiều lễ Tết như lễ đâm trâu, lễ rửa chân, lễ đeo vòng, lễ uống rượu, lễ nước, lễ lửa, lễ cúng thần.... Riêng mùa lễ hội của đồng bào Êđê có 3 ngày lễ được coi là quan trọng nhất:

- Lễ ăn cơm mới: hàng năm khoảng tháng 10 dương lịch thì hầu hết lúa chín. Mỗi gia đình mang gùi ra tuốt lúa trên phần đất khẩn hoang của mình về phơi khô, giã lấy gạo, xong tổ chức lễ mừng lúa.

Lễ vật bày ở giữa nhà gồm những ché rượu cần, thịt dê, heo, gà và cơm lam để dài trên lá tươi. Gia chủ hoặc pháp sư chắp tay khấn vái tạ ơn các vị thần đã ban cho các hạt giống hàng năm đầy vựa, đầy gùi. Lễ xong mọi người tụ lại vui vẻ ăn uống cho đến hết mới thôi.

- Lễ uống mừng năm mới (Mnăm Thun) chỉ dành cho những gia đình giàu có mới giết trâu bò heo dê gà tổ chức cúng vái cầu thần linh gia hộ cho gia đình bình an, làm ăn phát đạt.

- Lễ bỏ mả (Mnăn lui Msat/Brũ): xem Khu nhà mồ.

Thần linh

Thuở xa xưa, các dân tộc thiểu số cao nguyên miền Thượng không có tôn giáo. Họ chỉ tin vào Yàng cũng như các vị thần linh và ma quỷ. Bất cứ làm công việc gì quan trọng họ đều cầu khẩn các vị thần xin phù hộ.

Ngoài Yàng nghĩa là ông Trời, còn có những nhân vật tâm linh như Ptao nước (Thủy Xá), Ptao lửa (Hỏa Xá) là con người sinh ra từ sơn lâm huyền bí, bên cạnh những truyền thuyết, huyền thoại, sử thi, truyện cổ tích dân gian vô cùng phong phú từ hình thể tới màu sắc. Ngoài ra còn có những thần linh khác như thần rừng, thần núi, thần suối, thần cây, thần đá, thần gió, thần sấm sét, thần lúa (Yàng sơri), thần hổ, thần cóc... Đặc biệt, theo tín ngưỡng của đồng bào Thượng, ngoài già làng, tù trưởng thì làng nào cũng có một vị pháp sư được dân làng tôn kính xem như một thầy cúng có thể chữa bệnh cũng như có thể thấy, nói chuyện trực tiếp với các thần linh hay ma quỷ.

Trong thực tế các vị thần siêu nhiên với quyền uy tối thượng của người sơn cước đều không có thật nhưng lại rất cần thiết trong đời sống tâm linh của họ.

Ma Lai rút ruột

Người Thượng sợ nhất là Ma Lai, một loại người quỷ như Ma Cà Rồng, người Êđê gọi là Mtao (Mơ-tâu). Người Thượng cho rằng Ma Lai là quỷ gia truyền. Ban ngày người Ma Lai sinh sống buôn bán, làm việc rẫy bái như người thường, nhưng ban đêm biến thành Ma Lai bay đi kiếm ăn.

Các thầy Mo trong buôn làng thường kể lại ban đêm, nhất là những đêm có trăng, rừng càng bí hiểm, càng đe dọa, tiếng hú ma quái của Ma Lai nghe càng ghê rợn hơn. Đêm đêm bọn Ma Lai rút đầu ra khỏi thân mình mang theo chùm ruột lòng thòng bay là là trên mặt đất kiếm phân người để ăn, hoặc chui xuống mồ ăn linh hồn người mới chết, gần sáng chúng bay về ráp đầu vô lại thân mình trở thành người bình thường. Tục truyền ai bị Ma Lai ăn phân thì người đó bị rút ruột chết, nên người ta đồn "Ma Lai rút ruột" là vậy. Ma Lai cũng thích ăn thịt trẻ con.

Nhớ hồi nhỏ con nít tụi tôi mỗi lần xuống suối Mu-ri tắm xong lên là... đi ỉa giấc. Thập niên 1960, bên kia suối Mu-ri ở cây số 1 là buôn Alê A, bên này là rừng cây vừa cao vút vừa lúp xúp chen với cỏ tranh, lau sậy bạc đầu. Lần nào cũng vậy, vẫy vùng dưới dòng nước ngập đầu, chảy xiết đã đời xong lên bờ đứa nào cũng hè nhau lủi vô bụi... ỉa giấc. Còn gì thú vị cho bằng vừa ngồi rặn vừa nghe gió mát thổi luồn qua mông thong dong thổi lên tới đỉnh... linh hồn. Bắt chước người Thượng, đi đồng xong đứa nào cũng cẩn thận lấy lá đậy phân lại hoặc lấy que cắm hay để hai que hình chéo lên bãi phân yên chí về nhà khỏi bị Ma Lai rút ruột.

Cái câu: "Thứ nhất là đỗ thủ khoa. Thứ nhì vợ đẹp. Thứ ba ỉa đồng" vừa chí lí vừa khoái chí làm sao.

Người Thượng cho rằng dòng Ma Lai có 3 ngấn ở sau ót, nên mỗi khi ra đường họ che giấu rất kỹ bằng vải hoặc đeo nhiều vòng cổ. Nhưng người Thượng có nhiều cách thử Ma Lai:

Nếu nghi người nào là Ma Lai, người Êđê cúng vái thần linh xong lấy thanh gươm đập nhẹ vào cổ người đó 3 lần. Nếu là Ma Lai người đó sợ hãi nhận ngay. Một cách khác: Họ nấu dầu chai cho sôi rồi bắt Ma Lai nhúng tay vào nồi. Nếu đúng là Ma Lai, tay chúng sẽ bị lột da. Một cách khác nữa: Chờ đêm xuống Ma Lai rút đầu bay đi kiếm ăn thì lật úp thân mình chúng lại, gần sáng chúng bay về không ráp đầu vô được là chết.

Các bộ lạc khác thử Ma Lai bằng nhiều cách khác, như dìm người bị nghi là Ma Lai xuống nước. Nếu là Ma Lai thì người đó ngoi lên khỏi mặt nước ngay.

Ngoài ra họ thử bằng rượu, thuốc lá, nhựa cây, côn trùng, có nơi nấu chì đổ vào lòng bàn tay...

Khi biết chắc người nào là Ma Lai thì người đó và cả gia đình bị xích cổ, trói tay, đem nhốt riêng, tra khảo, đánh đập xong giết đi.

Sau này dưới chính thể Việt Nam Cộng Hòa luật pháp trừng trị nặng nề những kẻ giết người nên cách giết hại Ma Lai không còn như trước nữa.

Nhiều người Thượng theo đạo Công giáo, Tin lành không còn tin Ma Lai nữa, Nhưng họ xa lánh và tìm cách đuổi Ma Lai ra khỏi làng vì sợ Ma Lai làm hại con cái họ.

Khu nhà mồ

Ai ở Banmêthuột từng ghé vô buôn Thượng ít nhiều gì cũng có dịp đi ngang qua những khu nhà mồ của người sơn cước. Đây là khu vực linh thiêng, ma quái của người khuất mặt.

Đó là trước 1975. Ngày nay tôi không biết những khu nhà mồ của đồng bào thiểu số có bị san bằng như những nghĩa trang của người Kinh để làm nhà ở hay không. Nhưng tôi có nghe nói sau 1975, nghĩa địa chùa Khải Đoan và nghĩa địa làng ở cuối dốc đường Phan Bội Châu đã được thay thế bằng nhà cửa.

Dù sao, người Kinh có tục lệ giữ gìn vĩnh viễn mồ mả của tổ tiên, khác với đồng bào thiểu số chỉ chăm sóc một thời gian rồi làm lễ bỏ mả. Theo tín ngưỡng của đồng bào Thượng lễ bỏ mả rất quan trọng.

Người Êđê cũng như các sắc tộc khác đều có tinh thần đoàn kết rất cao. Khi trong nhà có người chết, tang chủ gióng lên một hồi chiêng trống báo tử. Nghe tiếng chiêng trống rền vang đầy vẻ ma quái cả làng đều ngưng mọi công việc cùng nhau tới chia buồn và khóc lóc với tang chủ, một mặt giúp tang gia lo việc ma chay, tống táng.

Người Thượng tin rằng người chết nằm dưới mộ rất tù túng nên sau khi chôn cất, trang hoàng cho ngôi mộ xong, người Êđê vẫn lui tới săn sóc, dọn cỏ rác một thời gian, sau một hoặc vài năm họ làm lễ bỏ mả để linh hồn người chết được trở về rừng.

Họ cho rằng con người từ rừng núi sinh ra, khi chết linh hồn vĩnh viễn trở về với núi rừng. Vì thế sau lễ bỏ mả, người thân trong gia đình không trở lại săn sóc mồ mả nữa, cũng không ai nhắc đến người đã mất, mặc cho năm tháng, nắng mưa tàn phá, dần dà trở nên tiêu điều, hoang phế.

Nhớ hồi còn trai tráng, cuối tuần anh em tôi hay đạp xe đi làm rẫy ở cây số 21 trên quốc lộ 21 đường đi Ninh Hòa, Nha Trang, thỉnh thoảng tính tò mò, nghịch ngợm dụ chúng tôi vô buôn Thượng đạp vù qua khu vực nhà mồ coi cho biết. Ban đầu còn sờ sợ, riết rồi quen, hết sợ.

Mỗi lần đi qua những khu vực hoang phế này, tôi để ý thấy mồ mả bỏ hoang bị giạt đất, cột kèo *(gơng kut)* rào chung quanh đều xiêu vẹo, thảo mộc bám đầy, các thứ chum, ché, nồi đồng, phèng la, gùi... đều bị hư hại, mục nát theo thời gian mưa nắng. Đặc biệt những bức tượng người, tượng linh vật khắc bằng gỗ kỳ quái được chôn dựng đứng quanh ngôi mộ. Những bức tượng gỗ này khắc hình người, hình voi, khỉ, chim, trái bầu, nồi, ghế... tuy đơn sơ nhưng mang vẻ linh thiêng, thần bí của cõi chết nhằm trấn áp ma quỷ, khiến người lạ phải kiêng dè không dám phá phách nơi yên nghỉ của người quá cố.

Người Thượng ăn gì?

Có ai từng ăn cơm với đồng bào Thượng chưa? Đa số nói chưa và hỏi họ ăn gì. Hồi đi học, sau này đi lính vài năm trên cao nguyên từ Kontum, Pleiku, Daklak tới Quảng Đức tôi quen biết một số người bạn Thượng nên tôi cũng từng có dịp vào buôn ăn cơm với họ vào những ngày lễ hội.

Thức ăn chính của người Thượng là cơm gạo tẻ hoặc gạo nếp. lúc nào không còn gạo họ ăn bắp (giã nát hoặc nguyên hạt) trừ bữa. Họ ăn cơm với cá, thịt rừng, có nơi ăn thịt cóc, thịt rắn, rít, bò cạp, dế cơm. kiến, mối...

Họ cũng thích ăn rau cải như măng, cà, mướp, bầu, củ mài, củ sắn, lá khoai, rau rịa, rau càng cua. Gia vị là muối sống đâm nhỏ hoặc muối vừng. tiêu, ớt.
Người Thượng không nấu cơm bằng nồi đồng như người Kinh mà dùng nồi bằng đất sét nung chín, miệng rộng, không có nắp cũng không có quai. Khi đi rừng đi rẫy họ mới dùng ống tre để nấu cơm gọi là cơm lam, như đã nói trên. Lúc ăn họ không dùng chén đũa, trải thức ăn trên lá dùng tay để bốc.

Cơm lam

Ăn cơm nhà uống nước máy thị thành riết rồi có dịp vô buôn Thượng ăn cơm lam uống nước suối tôi có cảm giác như mình thuộc về đứa con của Mẹ Núi.
Cơm lam là món ăn dân dã có hương vị đặc biệt của núi rừng đã gắn liền với cuộc sống đồng bào thiểu số miền cao. Khi đi rừng, lên nương rẫy, họ thường mang theo gạo nếp đựng trong những ống tre chặt khúc để nấu cơm. Ống tre không quá non cũng không quá già, chọn những ống tươi để giữ mùi vị tre hòa quyện vào hột nếp khi cơm chín. Đó gọi là cơm lam.
Nấu cơm lam cũng khá giản dị. Lấy ống tre non hoặc nứa còn tươi, bỏ gạo nếp ngâm sẵn qua đêm trộn ít muối và nước vô đầu hở rồi bịt kín bằng lá chuối xong chất củi đốt.

Khi mùi thơm bốc lên là biết cơm chín. Lấy ống cơm lam ra để nguội, chẻ phân nửa lớp vỏ cháy bên ngoài, chừa lớp vỏ mỏng trắng bên trong rồi xắt ống tre ra thành từng khúc. Khi ăn chỉ cần lột bỏ lớp vỏ mỏng, lấy cơm chấm với muối mè hoặc ăn với các món thịt rừng.

Rượu cần

Trước 1975, nếu không có anh bạn cùng đơn vi, Trung úy Y Nghỉ kéo tôi vô buôn Ea Nhái của anh vào ngày *"lễ uống mừng năm mới: Mnăm Thun",* thì chẳng biết bao giờ tôi mới có dịp nếm qua rượu cần, một loại rượu truyền thống của người sơn cước.

Khóa cổ xe Kawasaki 2 bánh dựng cạnh đống củi, tôi vui chân theo Y Nghỉ lên nhà sàn chào hỏi già làng và bà con trong buôn đã có mặt trước đó. Ai cũng nao nức ngồi quanh đống lửa, lao xao cười nói tiếng Êđê lẫn tiếng Kinh. Gần gũi, tiếp xúc với những người con của Mẹ Rừng, Mẹ Núi hòa mình với thiên nhiên, luôn luôn vui vẻ, hòa nhã, hiếu khách làm lòng tôi như biết bay.

Người sơn cước sống ở những vùng rừng núi sơn lam chướng khí nên thích hút thuốc và uống rượu. Đàn ông hút ống vố, đàn bà hút thuốc bằng lá thuốc cuốn rất lớn.

Sau khi Già làng và bà con chúc Tết nhau xong là cuộc vui bắt đầu. Những gương mặt đen đúa, điêu đứng vì sạm nắng nhưng thật thà, chất phác đồng loạt nở ra những vành môi biết cười và ánh mắt biết nói. Giữa sàn nhà là một tập thể sống động, vừa ăn, vừa uống, vừa kể, vừa múa hát ca ngợi thần linh. Nghĩ cũng vui, như người Kinh, tết nhất hay hội hè năm nào cũng như năm nào, quen thuộc đến chẳng có gì mới lạ. Vậy mà ở đây, già trẻ lớn bé ai cũng nôn nao, háo hức cứ như là lần đầu.

Những đùi thịt trâu nung núc (có chỗ còn đỏ ửng), những giẻ thịt heo ngậm mỡ, những mảng thịt dê nóng giòn, thịt gà, thịt vịt, thịt chim cu đất trải dài trên những tàu lá chuối xanh tươi vừa cắt xuống. Những ché rượu cần đặt thành hàng dài được mở nắp ra, nước suối đổ vào, mùi thơm bốc lên lan tỏa khắp nhà sàn, át luôn cả cái mùi hăng hăng khét nắng cố hữu của những người anh em sơn cước. Những cần trúc màu mật ong vàng óng cắm trong miệng ché như sẵn sàng uốn cong theo tay người mà phục rượu cho trăm cái bụng người làng.

Theo chiều thời gian lân hồi cái ngấm của chất men mê hoặc này đã và đang len vào hồn. Nhìn quanh tôi thấy ai cũng vít cong cần rượu xuống đưa cả hai tay bụm cần mà hút, đầu gục gặc, mắt lim dim. Cũng như mọi người, tôi cũng trịnh trọng hút một ngụm, gật gù chép miệng khen ngon.

Thì ra rượu cần là rượu có cái cần trúc cắm trong miệng ché dùng để hút thay vì rót ra ly hay chai. Tên rượu cũng mộc mạc, giản dị như tre trúc, như con người của núi rừng cao nguyên vậy thôi. Rượu cần được chắt ra từ cái nguyên sơ của rừng, là tinh chất được người Thượng lẫn người Kinh đều ưa thích. Lần đầu tiên nếm men rượu đầy mê hoặc này tôi thấy nó ngòn ngọt, chua chua; nó ngai ngái, nồng nồng; nó cay cay, đăng đắng, nó là rượu cần mà chẳng thuộc... họ rượu. Nhưng một khi đã "hút" vô rồi thì trước sau gì nó cũng từ từ, chậm rãi, êm ái đột nhập vào thần trí ta đến mê muội, len lỏi lên óc ta đến say nồng.

Nhà khoa học thiên văn Gallilé phán: "Rượu là ánh sáng mặt trời kết tinh từ nước". Rượu cần cũng vậy, nhưng cách chế biến ra sao, hỏi thì Y Nghỉ tận tình giảng giải cho tôi những điều kỳ lạ về cách chế biến rượu cần. Trung úy già chậm rãi nói:

"Chỉ cần gạo nếp, sắn, ngô nấu chín xong giã nát ra rồi trộn với men. Men ở đây không phải là men rượu thường bán ở ngoài chợ Buôn Mê Thuột như *mầy* thấy. Nó được chế bằng những loại thảo mộc như lá, hay rễ cây hoặc vỏ cây được các bà lặn lội lấy về từ những chốn thâm sơn cùng cốc mới có. Mang hết những món ăn thông thường hàng ngày đó trộn với men rừng của các bà chế biến rồi ủ trong một cái nong phủ kín bằng lá chuối hoặc lá rừng. Ba ngày sau đem đổ hết vào ghè, xếp dọc theo vách nhà hoặc treo lên vách. Khi buôn làng có lễ hội hoặc khách quí viếng thăm thì những ché rượu cần được lễ mễ bưng ra, mở lớp lá phủ miệng, đổ nước suối, cắm cần vào là có cuộc vui say bất tận".

Đưa tay vít cong cần rượu chu miệng hút, mắt lim dim ra vẻ sảng khoái như chẳng còn biết gì trời đất thiên địa, Y Nghỉ tiếp:

"Thiếu úy Tấn, *mầy* phải biết đàn ông *tụi tao* không bao giờ được đụng tay vào việc pha chế rượu cần. Đây là lãnh vực "bất khả phạm" của các bà. Họ Y *tụi tao* xưa nay theo chế độ mẫu hệ, nên các bà là chủ của gia đình, *mầy* biết rõ mà...".

Núi

Banmêthuột nằm ở phía Nam dẫy núi Trường Sơn, cao độ 500 thước so với mực nước biển. Banmêthuột có nhiều núi. Hồi nhỏ thỉnh thoảng trong ba tháng hè , ba má tôi thường lái chiếc xe Traction màu đen 4 cửa chở anh em tôi vô Nông Trường (tức Đạt Lý) thăm người bà con. Ở đó, đồi núi thấp, phẳng, đất đai mầu mỡ dễ phát triển việc trồng lúa và các loại hoa mầu khác. Thời xa xưa đó, trẻ con ở Nông Trường thấy xe hơi là reo hò, chạy bám theo thích thú rờ rẫm, coi xe như một vật lạ ngoài hành tinh đến.

Có năm ba má tôi ngược vô Lak (quận Lạc Thiện) nghỉ hè. Muốn đi Lak, từ ngã ba Trung đoàn 45 trên Quốc lộ 21 ta phải rẽ qua Quốc lộ 21 kép dài khoảng 50 cây số, vượt qua Trung Hòa, Kim Châu Phát đi về phía Đông Nam. Từ nhỏ tôi vốn đã yêu thích thiên nhiên nên dọc đường tôi mê mải nhìn những rặng núi trùng trùng điệp điệp đến ngợp. Sau này đọc sách tôi mới biết đó là những ngọn Chư Yang Lak, Chư Dlé Puy, cao nhất là ngọn Chư Yang Sin cao 2406 thước về phía Đông Nam hồ Lak.

Ngoài ra Banmêthuột còn có các ngọn núi khác cao từ 800 đến 1000 thước như Chư Pao ở phía Bắc, Chư Yi Yang ở phía Nam, Chư Blur ở phía Đông; còn nếu đứng trên lan can nhà tôi trên đường Tôn Thất Thuyết nhìn về phía Tây sẽ thấy xa tít mờ xa là rặng núi Trường Sơn hùng vĩ đổ dài về phía Tây Nam. Có điều, nếu thu tầm nhìn gần hơn, đứng ở chùa Khải Đoan là ta đã có thể nhìn thấy núi Châu Sơn gần nghĩa địa làng. Thuở ấy, trên đỉnh núi lúc nào cũng phấp phới lá cờ vàng ba sọc đỏ của lính Địa phương quân đóng chốt giữ an ninh trên đó. Dưới chân núi về hướng Tây Bắc là làng Châu Sơn với những cánh đồng lúa xanh dờn mát mắt.

Rừng

Chúng ta đều biết, khởi thủy là rừng. Có rừng rồi mới có sinh vật và loài người. Rừng là tài nguyên thiên nhiên của quốc gia. Rừng của Mẹ Rừng, Mẹ Núi hiền hòa mà bí ẩn, uy nghi, từng ngăn chặn thiên tai bão lụt. Rừng bảo vệ, che chở, dung dưỡng và nuôi sống con người. Rừng cho ta cây, gỗ, hoa quả và cho muông thú.

Cuối thập niên 1940, Banmêthuột rừng vẫn còn bạt ngàn. Đi qua khỏi phi trường L19 lên tới cây số năm thấy nai chạy ngờ ngờ, tiếng công rừng kêu oang oác. Hoặc ngược xuống cây số một, xuống suối Maury (thường gọi là Mu-ri), bên kia dòng suối là buôn Alê A, Alê B chưa có nhà người Kinh, từ đó chạy dài xuống cầu 14, rừng và tre trúc bạt ngàn. Ngoài ra, quốc lộ 14 từ Banmêthuột về Sài Gòn hoặc ngược lên Pleiku, Kontum, núi rừng thiên dã. Cũng như quốc lộ 21 nối liền Banmêthuột - Ninh Hòa, đồi núi chập chùng. Đó là rừng của trước năm 1975.

Được biết ngày nay trên quốc lộ 21 từ Ninh Hòa đi Banmêthuột không còn rừng. Xe qua khỏi đèo M'drak đi Khánh Dương, về Phước An, lên tới Banmêthuột, dọc hai bên Quốc lộ rừng và buôn Thượng hầu như biến mất. Thay vào đó là nhà cửa cất theo kiểu người Kinh mọc lên san sát hai bên đường. Ở cây số 21 của quốc lộ này, cái rẫy 5 mẫu của ba má tôi xưa kia, nằm sâu trong mịt mù sơn dã, bây giờ cũng nghe nói nhà cửa mọc như nấm dại. Rừng là tất cả nguồn sống của các dân tộc thiểu số và của cả người Kinh. Rừng biến mất là một nỗi bất hạnh cho đất nước và con người.

Nói về rừng cũng xin nói thêm về cây ăn trái. Ở Banmêthuột có nhiều loại cây ăn trái mọc hoang khắp núi rừng, như cây cò kc, cây chòi mòi, cây cơm nguội, chùm quân, cóc, sấu, khế, xoài, sung, ổi, đu đủ, chuối rừng...

Có ai từng ăn chuối rừng chưa?. Có thể nói (xin lỗi) hương chuối rừng thơm hơn cả... các "em 13, 14" (nghe các ông thi sĩ đa tình khen sao tôi nói vậy). Trái chuối rừng nhỏ bằng chuối tiêu. Lột vỏ, cắn một cái là nguyên trái chui tọt vô họng để nghe mùi thơm lồng lộng lan trong óc. Thơm thì thơm ngát trời thiêng nhưng hột ơi là hột. Vừa nhai chóc chách vừa phun hột ra vèo vèo, rốt cuộc chỉ nuốt được một phần nước chuối trộn với chín phần nước miếng ứa ra là coi như ta thanh toán xong trái chuối rừng. Đúng là không có gì dại cho bằng... ăn chuối rừng.

Mưa rừng

Ở rừng, đêm xuống rất nhanh. Sáu giờ chiều trời đã tối. Đom đóm chập chờn bay lượn khắp nơi. Có ở rừng gặp mưa đêm mới biết thế nào là mưa rừng. Sau tiếng sấm chớp long trời lở đất, mưa ào ạt trút xuống như thác lũ tràn trề. Mái tôn cũ kỹ, rỉ sét trên đầu tôi trở thành "cây đàn mưa" của vũ trụ. Gió man rợ nổi lên thốc mạnh vào vách nhà, vào rừng cây, sườn núi. Trong lúc trời đất thét gào, trút nước như thế, tôi nhìn xuyên qua khe cửa chờ đợi những tia chớp để thấy cây rừng oằn oại ngả nghiêng trong cái cảnh tượng hùng vĩ của cơn mưa dầm đề, ướt đẫm, bí hiểm, đe dọa, trùm khắp.

Rồi mưa tạnh. Cơn mưa cuồng nhiệt gào thét đã lắng xuống trả lại sự yên tĩnh cho núi rừng, cho con người. Sau cơn mưa trời lại sáng. Núi rừng lại xòe ra những lưng đồi hoang vu sũng nước. Những giọt mưa của bão táp đêm qua lại nằm hiền hòa, lấp lánh trên đầu cây ngọn cỏ, phản chiếu ánh nắng ban mai, rực rỡ một cảnh sắc diệu kỳ. Sống ở rừng, chung quanh chỉ có núi và rừng, hiếm khi thấy bóng người, tôi có cảm tưởng như mình sống trong thời cổ sơ.

Bây giờ nghe nói Banmêthuột không còn rừng để mà thưởng thức những cơn mưa rừng. Thật là bất hạnh.

Sông

Daklak có hai con sông chính. Sông Ea Hleo phát nguồn từ chân núi Chư Dlé Yang, và sông Ea Krong, do hai chi lưu ở phía Nam là sông Krong Ana (Sông Cái) và sông Krong Knô (Sông Đực) hợp thành.

Cầu 14 cách Banmêthuột 14 cây số về phía Nam theo quốc lộ 14, bắt ngang sông Ea Krong. Con sông này ngày trước nổi tiếng nhiều cá sấu. Sông Ea Krong và sông Ea Hleo họp thành sông Srépok rồi nhập vào sông Mékong.

Thác

Ban Mê Thuột có những thác nước lớn, là một trong những thắng cảnh hùng vĩ bậc nhất của cao nguyên miền Thượng.

- *Thác Drayling* cách thị xã Banmêthuột 15km về hướng Tây, qua khỏi Chi Lăng và suối Nhị Khê thì đến thác. Thác rộng khoảng 500m. Thập niên 1950, thác nằm giữa rừng đại ngàn, nhiều rễ phụ buông xuống rất hoang vu, cỏ lau bạc đầu mọc quanh thác nước. Cạnh thác nước là nhà máy điện Drayling. Hồi nhỏ vào mùa hè, thỉnh thoảng ba má chở anh em chúng tôi tới đây ngoạn cảnh.

- *Thác Draysap* thuộc xã Nam Hà, huyện Krông Knô. cách tỉnh lỵ 35km về phía Tây Nam. Theo tiếng Êđê, Draysap có nghĩa là *thác khói*, nước từ trên cao đổ xuống tạo thành một khối lớn hơi nước bốc lên như sương khói. Phong cảnh cũng hùng vĩ và nên thơ. Hồi xưa thác này có nhiều voi rừng.
- *Thác Dray Anuor* cách thành phố Banmêthuột 25km, theo quốc lộ 14. Dray Anuor nghĩa là thác cái, còn gọi là thác Vợ, cách thác Chồng Draysap 3km.

Ngoài ra, sau này tôi nghe nói còn có thác Gia Long, thác Thủy Tiên, thác Trinh Nữ...

Suối

Từ bến xe cây số năm theo quốc lộ 21đi Ninh Hòa, chạy tới cây số 21, rẽ phải theo con đường đất gồ ghề đi sâu vô cụm rừng âm u phía Tây Nam chừng 8 cây số là đụng rẫy 5 mẫu của ba má tôi. Khu rừng đó thuộc địa hạt của buôn Ea Pok người Thượng.

Nói tới con đường gồ ghề này, cô em Hương Phan nhớ lại kỷ niệm khó quên:

"Nhớ ngày xưa đi rẫy ở cây số 21, em lượm cafế cứt chồn cả rổ dọc con đường đất vô rẫy. Con đường mùa mưa sình lầy, chiếc xe Dodge màu cam của Ba chiến đấu kinh hồn mới qua nỗi những hố voi khổng lồ trơn trượt. Có lần anh (tức là tôi) với anh Thừa phải kéo dây cáp có móc trước mũi xe quấn quanh gốc cây, chiếc xe mới vượt qua khỏi những ổ sình đặc quến đó. Em nhớ hoài cái cảm giác buổi chiều ở rẫy được ngồi trên xe Ba lái về nhà mà sướng rên mé đìu hiu".

Thỉnh thoảng cuối tuần mấy anh em tôi hay đạp xe vô phụ giúp gia đình làm ruộng rẫy, chung quanh hiếm thấy bóng người. Giữa thanh thiên bạch nhật, sự tĩnh mịch của núi rừng cũng gần như tuyệt đối. Nhiều đêm mất ngủ, tôi nằm nghe dưới lũng sâu tiếng suối rì rầm mải miết. Tiếng suối chảy gợi tôi nhớ những con suối uốn mình chảy quanh thị xã quê tôi.

Trước hết là suối Bác Su Tấn có từ thập niên 1960, chảy từ cuối dốc đường Quang Trung đổ xuống hướng am bà Ô-rê. Gọi là suối Bác Su Tấn vì nhà ở ngay đầu suối. Cũng trong thập niên 1960, tại ngã ba đường Ama Trang Long và Tôn Thất Thuyết có một bến xe ngựa chở khách khá nhộn nhịp. Trên đầu dốc của ngã ba này có một con đường đất thoai thoải dẫn xuống suối Đốc Học. Chính con dốc chở đầy những kỷ niệm ấu thơ này, chẳng biết tự bao giờ đã hả ra một miệng vực sâu hoắm, dưới đó ngày đêm gầm gừ tiếng nước đục ngầu chảy xiết, xâm thực, đầy vẻ đe dọa. Con suối không tên này phát nguồn từ dưới lòng đất của bến xe ngựa chảy len lỏi qua những hàng cây cổ thụ cạnh đền Thánh mẫu Lạc Thiện rồi dẫn xuống suối Đốc Học. Cả hai con suối này đều chảy xuống suối Đốc Học, về sau đã bị lấp để làm nhà cửa.

Thuở nhỏ ở Banmêthuột, hầu như ai cũng có lần đặt chân xuống suối Đốc Học. Đứng trên đất chùa Khải Đoan, hoặc đứng phía sau đồi của trường tiểu học Nguyễn Du nhìn xuống dưới thung lũng mênh mông với nhà cửa san sát, rau xanh bạt ngàn, đó là Suối Đốc Học. Như một lòng chảo nằm trong lòng thị xã Banmêt huột, suối Đốc Học là trung tâm cung cấp rau xanh cho toàn thị xã. Tôi không biết đúng hay không khi có người cho rằng, gọi là suối Đốc Học là vì xưa kia các ông Đốc học người Pháp cấp đất cho các học sinh nội trú trường tiểu học Nguyễn Du để trồng rau xanh , nên con suối chảy qua thung lũng đó mang tên suối Đốc Học.

Ngoài ra, gần bệnh viện thị có suối Bà Sành nối liền suối Bà Hoàng và suối Xanh ở phía Đông Bắc đền Bắc Lệ. Gọi là suối Xanh vì rong và những cánh bèo li ti phủ xanh rờn trên mặt nước. Còn một con suối nữa khó mà quên là suối Nhà Đèn. Ngay từ đập Nhà Đèn thác nước đổ dài xuống dọc theo các ghềnh đá non cây số là gặp một trũng nước sâu. Trên ghềnh đá sức nước ngày đêm không ngừng đổ xuống tạo thành tiếng ì ầm làm quang cảnh rừng rú lúc đó càng thêm hoang dã.

Cuối cùng là suối Maury mà hồi xưa cả hai bên nội ngoại trẻ con chúng tôi đều quen miệng gọi là suối Mu-ri. So với những con suối kể trên thì năm 1936 suối Mu-ri có danh xưng đầu tiên trong lịch sử khẩn hoang miền Thượng Cao Nguyên Daklak. Giống như thác Nhà Đèn, suối Mu-ri cũng có chỗ sâu ngập đầu; mùa mưa nước dâng cao, chảy xiết, ngầu đục. Nhưng dù mưa hay nắng, con suối này vẫn ít khi vắng mặt lũ trẻ chúng tôi.

Cà phê

Cây cà phê phát nguồn từ đất Ethiopia, Phi Châu từ thế kỷ 18, rồi lan qua Ai Cập. Từ đó đến nay cây cà phê ngạo nghễ mọc lên khắp mặt địa cầu.

Daklak là vùng đất đỏ rất tốt cho việc canh nông nên dưới thời Pháp thuộc các nhà tư bản Pháp đã thuê mướn các phu đồn điền trồng cây kỹ nghệ như cao su, cây đay và cà phê. Hồi tôi biết uống cà phê, hút thuốc lá Bastos Xanh (bỏ hút thuốc 30 năm rồi) thấy thơm ngon, bổ phổi bèn chạy đi tìm hiểu thì được biết cây cà phê đa số thuộc giống Arabica trồng dọc theo ba quốc lộ và tám tỉnh lộ của Banmêthuột cũng như trong các đồn điền cây xanh bạt ngàn của các ông Maurice, Marikene, Nicholas, Coronen, Auger, Del Fante...

Cây cà phê thông thường cao từ 2m tới 6m. Mỗi một cây có khoảng 40.000 bông hoa năm cánh, màu trắng tinh khiết như sương trời. Những đêm có trăng mùi hoa tỏa ra thơm ngát cả một cánh đồng, là nguồn cảm hứng bất tận của các nhà thơ đa sầu đa cảm. Trái cà phê lúc chín có màu đỏ, trong ruột có hai hột, một mặt tròn, một mặt phẳng ép vào nhau.

Nói tới cà phê Banmêthuột trước 1975 thì chỉ có cà phê cứt chồn đã đi vào lịch sử cà phê Việt Nam và thế giới, nổi tiếng thơm ngon bậc nhất. Những trái chín mọng nước trên cây cà phê được những con chồn hương lựa ăn rồi thải ra thành từng lọn thì gọi là cà phê cứt chồn. Sau này các nhà động vật học khám phá ra trong bao tử chồn có một loại nhũ trấp đặc biệt thấm vào hột cà phê mà các loài động vật khác không có. Phu đồn điền chỉ việc đi lượm (rất hiếm) về rửa sạch phơi nắng ráo rồi rang lên tẩm với rượu Rhum, sau đó xấy khô, xay nhuyễn thành bột.

Riêng người bạn trẻ Vũ Quốc Khanh cho biết thêm: "Cà phê cứt chồn ngoài việc thấm nhủ trấp trong bao tử chồn, sau khi được thải ra ngoài nó còn được ấp ủ hơi thở của đất, được tinh luyện với cái lạnh của sương đêm, được làm chín thêm dưới cái nóng của ánh mặt trời cao nguyên gay gắt... cho đến cuối mùa thu hoạch, khi đó phu đồn điền mới gom các lọn cà phê đặc biệt này đưa về để bắt đầu quá trình vệ sinh, rang xay và thưởng thức".

Để thưởng thức hương vị đậm đà hiếm có của núi rừng, người ta thường dùng phin để pha cà phê. Phin cà phê có tác dụng giữ nước sôi trong phin thấm vào bột cà phê trước khi nhỏ từng giọt xuống ly để cà phê có hương vị đậm đà thơm ngon hơn. Ngày xưa có lần mấy anh em tôi lội bộ năm cây số vô đồn điền CHPI (Compagnie des Hauts Plateaux Indochinois: Công ty Cao nguyên Đông Dương), của ông chủ Del Fante, được dượng tôi (ông Lucien Rostan, tổng giám đốc CHPI) pha cho uống cà phê cứt chồn ngon nhớ đời. Nhớ hồi đó tôi chui vô ống chân voi một ngà đã thuộc (cậu Minh tôi săn được) ngồi uống cà phê... chân voi.
Cũng thời xa xưa đó, bên hông trường Trung học Banmêthuột ngó qua bên kia đường Hùng Vương có quán cà phê Mây Hồng nứt tiếng thơm ngon. Nhưng nổi tiếng bậc nhất, thơ mộng nhất, lãng mạn nhất và... bâng khuâng nhất vẫn là cà phê Bâng Khuâng trên đường Phan Bội Châu, gần chùa Khải Đoan ngó qua.
Những buổi chiều hiu hiu gió hay những đêm mưa rả rích ngoài trời, ngồi dưới bụi tre la ngà trồng trong quán cà phê Bâng Khuâng, tôi thường... "bâng khuâng" trước hương vị cà phê đậm đà và trước vẻ đẹp dịu dàng, đài các của bà chủ quán, là dì tôi tức là em của má tôi. Hình như hấp thụ vẻ trầm mặc, cổ kính, mộc mạc, hiền lương của đất Thần Kinh nên các dì của tôi và má tôi đều có một vẻ đẹp rất Huế.

Banmêthuột xưa nay vẫn được coi là cái nôi sản xuất các loại cà phê như Moka, Robusta, Mitcharichia và Arabica nổi tiếng trên toàn cầu. Riêng cà phê cứt chồn thì hiện nay ở Việt Nam tìm một con chồn còn đỏ con mắt, đừng nói là lượm được cà phê cứt chồn về chế biến. Nuôi chồn để ép ăn cà phê thì còn gì gọi là "văn hóa cà phê chồn"; rõ ràng là nó tác hại đến uy tín của ngành sản xuất và kinh doanh cà phê cứt chồn vốn hiếm quý như hiện nay.

Thú rừng

Daklak với tỉnh lị Banmêthuột có từ trước thế kỷ XIX. Thời xa xưa đó kéo dài tới năm 69,70 rừng bạt ngàn, là hang ổ của các loài thú hoang.

Nhất là những năm 1930 - 50 dã thú ở cao nguyên Daklak nhiều vô kể gồm có voi, cọp, beo đốm, beo gấm, gấu, tê giác, heo rừng, bò rừng, trâu rừng (Min), hươu, nai. khỉ, vượn, chồn, cáo, mãng xà... Nhiều khu vực săn bắn lý tưởng như Buôn Dam Rông, Buôn Dur, Buôn Tray, Buôn Hô, Buôn Don, Lak (Lạc Thiện)...

Về dã cầm cũng đông đúc như đại bàng, chim ưng, chim phí, chim Kalơi, chim ông lão, chim gõ kiến, chim trĩ, chim trích, chim "bắt cô trói cột", chim "bắt bà xã... ụ tà tà", công rừng, gà rừng, gà sao, dân sen, cò ma, ngỗng trời, vịt trời v.v...

Những thợ săn nổi tiếng vào thời đó có ông Ba Lô, chú Mười Kèn, chú Hích, chú Minh, chú Đinh, chú Sĩ, chú Năm Bé...

Năm 1970 ở bến xe cây số năm vẫn còn rừng, hươu nai chạy ngờ ngờ. Lần đó dượng Rostan không hạ được nai nhè mấy chú công rừng đậu trên cây bắn cũng trật lất. Bầy công bị động la oang oác bay đi tán loạn cả khu rừng.

Nhớ mỗi lần ba tôi đi săn nai về chia thịt cho các bạn săn và bà con lối xóm xong là hôm sau buổi cơm gia đình nghi ngút hương vị núi rừng. Ngoái chim cu đất nướng khô, nhím ướp tỏi xào gừng, công rừng chiên lăn, món khoái khẩu nhất vẫn là thịt nai nhúng dấm, thịt nai trộn rau càng cua, canh xà lách xoong thịt nai, lẫu nai v.v... Thịt rừng ăn không hết cả nhà xúm vô xắt mỏng đem ra sân phơi nắng làm khô nai. Có lần thấy con chó còi dễ ghét của nhà ai mon men tới ăn trộm khô nai bị thằng cu tèo ngây thơ vô số tội, là tôi, giơ giò đá cho mầy một phát; tưởng mình ngon ai dè con chó mất ăn gầm gừ trả miếng táp một cái phặp khiến thằng nhỏ ôm giò máu nhảy cò cò khóc mù trời thiêng.

Quốc trưởng Bảo Đại là ông vua tân thời, ngoài các môn thể thao thời thượng như bơi lội, chèo thuyền, cỡi ngựa, đánh golf, vua còn thích đi săn. Mỗi lần đi kinh lý ở Banmêthuột vua thường sai cận thần bí mật triệu ông Ba Lô đi săn cọp, săn beo với vua. Vua Bảo Đại thích lấy da cọp da beo bọc bộ sa-lông đặt trong phòng khách biệt điện (bungalow) của vua.

Nhưng nhân vật nổi tiếng nhất trong lịch sử đường rừng của cao nguyên miền Thượng vẫn là vua săn voi Ama Kông. Già làng Ama Kông, dân tộc M.Nông người thợ săn ngoại hạng vào thế kỷ XIX là cháu của Y Thu Knul, được vua Thái Lan phong danh hiệu Khun Ju Nốp (vua săn voi) vì săn đươc 600 voi rừng. Trong cuộc đời săn bắt, Ama Kông đã thuần hóa được 298 con voi rừng. Ông muốn săn thêm 2 con cho chẵn 300 nhưng năm 1985 Chính quyền ra lệnh cấm săn thú rừng nên ông đành giải nghệ. Ngoài nghề săn, Ama Kông còn biết chơi các loại nhạc khí dân tộc rất điệu nghệ. Ama Kông sinh năm 1909 mất năm 2012 tại Ban Don, hưởng thọ 103 tuổi.

Gọi heo

Quí vị nào ở Banmêthuột lâu năm có dịp vô làng Thượng thăm viếng, mua bán, đổi chác hoặc tìm hiểu chắc cũng đã biết một điều mà mãi về sau này tôi mới biết. Đó là sự khác biệt giữa người Kinh và người Thượng về việc nuôi heo. Khác với người Kinh nuôi heo chuồng, đồng bào thiểu số lại thả heo chạy rong trong buôn làng. Lần đầu tiên theo ba má vô buôn Thượng tôi mới biết việc này.

Nhìn mấy con chó phèn chạy lông nhông quanh lũ heo lục sục ủi đất với đàn gà bươi móc kiếm ăn thấy vui con mắt quá chừng. Nhìn chúng lao xao, lạc xạt sao mà ngược hẳn với những gì gọi là hệ lụy ngoài đời kia.

Giữa lũ heo cỏ, heo mọi có cả heo rừng nuôi từ nhỏ lớn lên thành heo nhà, cặp nanh chỉa thẳng lên trời, lông dựng đứng theo sóng lưng. Nếu lũ heo rừng này lang thang trong rừng không ai nghĩ chúng đã được thuần giống thành heo nhà.

Tới bữa ăn, có người cất tiếng hú gọi lũ heo về cho ăn. Ngót 50 năm rồi tôi vẫn còn nghe tiếng hú gọi heo của người đàn bà Thượng. Tiếng hú man dại sao mà...vọng âm rừng rú: *Huýt huét...Hốt huết... Hú... ô lề... ế... ê...*

Cũng như người miền sông nước tha thiết với tiếng gọi đò lúc tảng sáng hay buổi chiều hôm, những người sinh trưởng ở cao nguyên như tôi khi đi xa, không gì gợi nhớ quê nhà bằng... tiếng gọi heo. Một tiếng gọi đò hay một tiếng gọi heo thôi, đủ để đánh thức trong tôi cả buôn làng, nhà sàn, bếp lửa, nhà rông, nương rẫy và rừng núi đại ngàn,

Nói về thú rừng cũng xin nói thêm về cây ăn trái. Ở Banmêthuột có nhiều loại cây ăn trái mọc hoang trong các khu rừng, như cây cò ke, cây chòi mòi, cây cơm nguội, chùm quân, trâm, cóc, sấu, khế, xoài, sung, ổi, đu đủ, chuối rừng...

Có ai từng ăn chuối rừng chưa?. Có thể nói (xin lỗi) hương chuối rừng thơm hơn cả... các em 13, 14 (nghe các ông thi sĩ đa tình khen sao tôi nói vậy). Trái chuối rừng nhỏ bằng chuối tiêu. Lột vỏ, cắn một cái là nguyên trái chui tọt vô họng để nghe mùi thơm lồng lộng lan lên óc. Thơm thì thơm ngát trời thiêng nhưng hột ơi là hột. Vừa nhai chóc chách vừa phun hột ra vèo vèo, rốt cuộc chỉ nuốt được một phần nước chuối trộn với chín phần nước miếng ứa ra là coi như ta thanh toán xong trái chuối rừng. Đúng là không có gì dại cho bằng... ăn chuối rừng.

Fulro

Nói tới dân tộc thiểu số miền sơn cước cũng nên nhắc sơ qua một lực lượng chính trị vũ trang người Thượng biệt danh FULRO.

Fulro ra đời từ năm 1958 với danh xưng bằng tiếng Pháp *Front Uni de Lutte des Races Opprimées*, viết tắt là FULRO: *Phong Trào Giải Phóng Các Dân Tộc Bị Áp Bức.*

Khi nền Đệ I Cộng Hòa được thành lập, Thủ tướng Ngô Đình Diệm hủy bỏ chế độ Hoàng Triều Cương Thổ của Hoàng đế Bảo Đại sau 5 năm được thành lập (1950 - 1955). Ngay khi bãi bỏ chế độ này, tình huynh đệ Kinh Thượng được hàn gắn tưởng không bao giờ chia rẽ. Tuy nhiên, một trong những Đạo dụ của chính phủ Ngô Đình Diệm được ban hành sau đó không thấy đề cập quy chế riêng cho đồng bào Thượng, lại phủ nhận đất đai của đồng bào sơn cước, hạn chế việc dạy thổ ngữ Thượng, cơ quan địa phương lợi dụng sự thật thà, chất phác của họ để bóc lột, không nâng đỡ, giao phó các chức vụ quan trọng trong tổ chức hành chánh và quân sự cho những trí thức Thượng, v.v...

Vì những nguyên nhân này, một số nhân sĩ, trí thức Thượng bất mãn đã mạnh mẽ đứng lên phản kháng khiến cho Chính phủ phải xét lại chủ trương đường lối và ban hành một quy chế riêng cho các sắc tộc Thượng.

Tuy nhiên, lợi dụng sự bất mãn đang bùng phát của người Thượng, những thành phần bất hảo, các cán bộ Việt Cộng cũng như một số chủ nhân đồn điền người Pháp đã kích động, xúi dục, tuyên truyền chống chính phủ, đào sâu sự chia rẽ Kinh Thượng đã gây nên phong trào Tây nguyên tự trị vào tháng 8 năm 1958, xuất xứ từ 4 sắc tộc Êđê, Bahnar, Djarai và Koho. Từ đó phát sinh ra lực lượng vũ trang mang tên Fulro. Ngay khi tổ chức được hình thành, Fulro đã tiến hành nhiều hoạt động khủng bố sắt máu vừa phá hoại vừa khoa trương thanh thế. Bản chất của tổ chức Fulro là quấy nhiễu chính phủ, gieo tang tóc cho dân lành trên suốt dãy cao nguyên Nam Trung phần xuống tới miền đồng bằng duyên hải nhằm gây chia rẽ tình đoàn kết Kinh Thượng.

Thập niên 1950 - 60 tuyến đường Banmêthuột - Sài Gòn thuộc Quốc lộ 14 còn giao thông, Fulro đã từng phục kích xe đò; ban đầu chỉ cướp bóc lương thực, tiền bạc, về sau mới nổi máu giết người Kinh lẫn người Thượng. Có người may mắn trốn thoát về kể lại bọn Fulro bắt dân đứng giàn hàng ngang xong xả súng. Trong số những xác người chở về quân y viện Banmêthuột có xác người lính Địa phương quân, là chú tôi bị bắn chết. Trong bộ đồ lính đẫm máu, gương mặt ông bị bắn nát nửa mặt, may còn trơ lại chiếc răng vàng bị sâu là ba tôi còn nhận dạng được.

Những cuộc giết chóc này đã gây kinh hoàng trong quần chúng khiến cho tuyến đường Sài Gòn - Banmêthuột ngừng hoạt động.cho đến ngày mất nước.

Có ai từng giáp mặt với Fulro chưa? Tôi được biết các đồn điền, rẫy bái cũng như những buôn Thượng ở khoảng cây số 21 trên quốc lộ 21 đi Ninh Hòa, Fulro thường về đòi nộp lúa gạo và tống tiền. Có lần, cả nhà đang ăn cơm tối chợt nghe có nhiều tiếng chân người lẫn tiếng súng đạn lích kích ngoài sân. Cả nhà đang hoang mang lo sợ chưa biết rõ sự tình chợt cánh cửa phên bị đẩy vô theo sau là mũi súng đen ngòm. Đó là những tên Fulro rừng rú, hung tợn và sắt máu. Chúng bắt chúng tôi ra sân xếp hàng để nghe tên đầu sỏ đề cao phong trào chống chính phủ của chúng trong khi ba tên vô nhà lục lạo, vơ vét lương thực xong cả bọn bỏ đi không quên hứa hẹn sẽ trở lại. Hú vía! Sau lần Fulro xuất hiện chúng tôi không dám ngủ trong nhà nữa. Trời vừa chạng vạng tối là cả nhà ôm mùng mền lần xuống dưới lưng đồi chui vô bụi rậm giăng mùng ngủ qua đêm.

Đêm ngủ bờ ngủ bụi ở trong rừng tôi có cảm tưởng như mình lạc về thời cổ sơ. Đêm ở trong rừng không giống như đêm ở ngoài phố. Đêm im lặng đến ngộp thở, cái im lặng đầy bí hiểm, đe dọa, chết chóc; im đến nỗi đêm trở nên sâu thẳm, và cái sâu thẳm đó lại chính là âm thanh của tiếng côn trùng rả rích lẫn tiếng huýt gió huynh huýt đến lạnh gáy của loài rắn lục ngoài ruộng lúa. Có người nói đó là tiếng gọi hồn của thần tử.

Sau biến cố tháng 4-1975, Cộng Sản Bắc Việt chiếm cứ toàn miền Nam Việt Nam, tịch thu tất cả tài sản của chính phủ và nhân dân, bắt nhốt các thành phần "ngụy quân ngụy quyền", đày dân đi vùng kinh tế mới. Rẫy và xe vận tải của ba má tôi cũng không ngoại lệ, bị "tiếp thu" vĩnh viễn. Cũng từ đó lực lượng Fulro càng hoạt động mạnh hơn nhằm khống chế quần chúng bằng những cuộc bắn giết man rợ, đồng thời rải truyền đơn, xuyên tạc, kích động, đẩy mạnh khủng bố tấn công các đơn vị bộ đội, đốt phá trụ sở, ám sát cán bộ. Fulro cũng không ngừng tập kích đường giao thông trên các quốc lộ 14, 19, 20, 21, 25 chặn đường, giết hại dân lành, bắt bớ, lôi kéo, không chế hàng trăm thanh niên ở các xã, buôn làng vào rừng theo Fulro.

Năm 1978 tôi về Rạch Giá vượt biên đến nay đã 40 năm tôi không còn nghe tin tức gì về lực lượng Fulro nữa. Nghe nói *Phong Trào Giải Phóng Các Dân Tộc Bị Áp Bức* này đã bị tiêu diệt từ năm 1992 (?).

Sử thi

Trong kho tàng văn học nghệ thuật phong phú của các sắc tộc thiểu số, ngoài lễ hội, nhà rông, nhà dài, cồng chiêng, cơm lam, rượu cần..., còn có sử thi với một lịch sử lâu đời, là một di sản quý báu của dân tộc Việt Nam, trong đó thể hiện quá trình hình thành trời đất, con người thần thoại, phong tục tập quán của các sắc tộc thiểu số miền Thượng du.

Sử thi là một bản trường ca được diễn xướng những mẫu chuyện hát kể về những câu ca thần thoại, về những dũng sĩ miền cao, những vẻ đẹp của tâm hồn đơn sơ, mộc mạc tỏa rạng trong những cuộc tình thơ mộng của núi rừng, giữa người và người, động vật và thiên nhiên cũng như những sinh hoạt đời sống hàng ngày như khai khẩn đất hoang, canh tác ruộng rẫy...

Sử thì là một nghệ thuật được các già làng có kinh nghiệm trải đời diễn xướng bằng điệu hát ngân nga, trầm bổng. Hát sử thi, tùy theo già làng nằm hay ngồi - lúc khán thính giả là những người làng già trẻ lớn bé tề tựu vây quanh - trông các cụ như một khối uy nghi. Hiểu rõ bản chất đời sống cộng đồng bao giờ già làng cũng thể hiện một nhân cách tận tụy, biết thông cảm sâu sắc với dân làng. Trực giác chứa đầy điển tích hồn hậu xuất ra như điện tuyệt vời.

Bình thường già làng sống dân dã, hồn nhiên hòa mình vào đời sống nghèo khó cùng buôn làng, nhưng khi hát sử thi như một trách nhiệm được giao phó, chấp nhận sự tung hô của dân làng các cụ làm cho lịch sử của sử thi sinh động hẳn lên. Lúc đó già làng trở thành một kịch sĩ xuất sắc lột tả vai trò theo từng mẫu truyện: đi, đứng, chạy, nhảy, ca múa, reo hò, hô hoán các mệnh lệnh. Đang thấp giọng trầm trầm, đều đều, buồn tẻ ở phần u uất bất chợt câu hát cất lên những cung bậc cao vút rạng rỡ, hào hứng, gần gũi, giản dị và hóm hỉnh qua từng động tác của từng câu chuyện.

Đó là những gì cá nhân tôi từng mắt thấy tai nghe, nghĩa là tôi hân hạnh được một người bạn dân tộc cùng đơn vị ở Pleiku mời về làng Thượng của anh ở quận Lệ Trung tham dự một đêm hát kể sử thi do già làng Ama Yun diễn xướng năm 1972.

Vì là một bản trường ca về con người và mọi vật trong vũ trụ vô biên nên hát kể sử thi không chỉ một đêm mà có thể kéo dài đêm này qua đêm khác cho đến hết mới thôi. Và người nghe là những người con của Mẹ Núi vẫn trung thành trở lại háo hức ngồi nghe cũng cho đến hết mới thôi.

Trong kho tàng âm nhạc của các sắc tộc thiểu số miền cao, sử thi như Đam san, Đam Di, Đam Noi, Xinh Nhã, Khinh Dú, Dông Dư... là những bản trường ca giản dị mà sâu xa, mộc mạc mà thâm trầm, phong phú và bất diệt, có giá trị đích thực của nền văn học dân gian.

Ta đều biết rằng sử thì cũng như nhà rông, nhà sàn hay tượng nhà mồ đều được sáng tạo tự nhiên bởi những nghệ sĩ của núi rừng mà không qua bất cứ trường lớp nghệ thuật dân gian nào. Thời xa xưa đó có ai biết nghệ thuật là gì đâu, họ chỉ biết làm ra những gì cần làm theo nhu cầu đời sống đòi hỏi, giản dị vậy thôi. Điều đó có nghĩa là nghệ thuật của họ đến từ sự tự nhiên, sự phát xuất tự nhiên nhưng tràn đầy hạnh phúc trong sáng tạo

Ở trong tôi bây giờ tuy Banmêthuột đã ngàn trùng xa cách, biệt ly nhau ngót 40 năm ròng nhưng mỗi lần nhắc nhớ là lòng tôi rưng rưng. Và tôi vẫn tin rằng ở bất cứ phương trời nào quê tôi vẫn còn đó đã ngấm sâu vào trong lòng thương nhớ của tôi.

Thực vậy, trong tôi bây giờ cao nguyên Daklak là trái núi ân cần, tuy gập ghềnh, lồi lõm, răng cưa nhưng vẫn gần gũi, bình dị, hiền hòa và bền bỉ nhất. Ở đó, những biến động xã hội, một thời chiến tranh, những người con xa quê, những con người đã đi qua, những con người lớn lên và đã lên đường, trong đó có thật nhiều người vì tổ quốc ra đi và trở về bằng những nấm mồ

MỤC LỤC

www.ingramcontent.com/pod-product-compliance
Lightning Source LLC
LaVergne TN
LVHW090319210926
848480LV00001B/298